गंधाली

रणजित देसाई

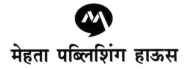

मेहता पब्लिशिंग हाऊस

- *या पुस्तकातील लेखकाची मते, घटना, वर्णने ही त्या लेखकाची असून त्याच्याशी प्रकाशक सहमत असतीलच असे नाही.*

GANDHALI by RANJEET DESAI

गंधाली : रणजित देसाई / कथासंग्रह

© पारु नाईक व मधुमती शिंदे

मराठी पुस्तक प्रकाशनाचे हक्क मेहता पब्लिशिंग हाऊस, पुणे.

प्रकाशक : सुनील अनिल मेहता, मेहता पब्लिशिंग हाऊस,
१९४१ सदाशिव पेठ, माडीवाले कॉलनी, पुणे - ४११०३०.

मुखपृष्ठ : रविमुकुल

प्रकाशनकाल : १९७१ / १९७६ / १९७६ / १९८५ / १९९३ / १९९९ / ऑगस्ट, २००४ / मार्च, २००८ / नोव्हेंबर, २००९ / सप्टेंबर, २०११ / फेब्रुवारी, २०१३ / एप्रिल, २०१५ / पुनर्मुद्रण : जुलै, २०१७

P Book ISBN 9788177664843

E Book ISBN 9788184987102

E Books available on : play.google.com/store/books
m.dailyhunt.in/Ebooks/marathi
www.amazon.in

राजा मराठे

आणि

नाना हेरवाडकर

यांनाच

गंधाली...
सुगंधित द्रव्ये ठेवण्याची पेटी.
शब्दांना गंध नसतो म्हणतात
या 'गंधाली'तील कथा वाचून
कोण्या रसिक मनात
स्नेहाचा सुगंध दरवळला तर
मला धन्यता वाटेल.

अनुक्रमणिका

विराणी

तांबड्या फत्तरांनी सजलेला फतेहपूरचा किल्ला मावळत्या सूर्यकिरणांत तळपत होता. दिवस उन्हाळ्याचे असल्याने, सायंकाळची वेळ असूनही उन्हाची रखरख कमी भासत नव्हती. पंचमहालावरचे वाळ्याचे पडदे अजूनही उचलले गेले नव्हते. खास महालाशेजारच्या अंगूरबागेत पाचसहा वर्षांची मेहरून्निसा आपल्या दाईसह प्रवेश करीत होती. सायंकाळच्या उन्हातदेखील तिचा गोरापान चेहरा लालबुंद पडला होता. आपल्या बालिश नेत्रांनी ती अंगूरबाग न्याहाळीत होती. अंगूरबागेच्या तांबड्या फरसबंदी वाटेवरून जात असता मेहरुन्निसाचे लक्ष बागेत उतरलेल्या कबूतरांच्या थव्याकडे गेले. ती कबूतरे पाहून मेहरुन्निसा आनंदली. आनंदाने तिने टाळ्या पिटल्या आणि ती कबूतरांकडे धावू लागली. कबूतरे फडफडत उडाली आणि त्याबरोबरच मेहरुन्निसाचे लक्ष वर गेले. समोरच्या कमानीतून एक व्यक्ती आत येत होती, मेहरुन्निसेकडे पाहत होती. मेहरुन्निसा थबकली. त्या व्यक्तीबरोबर येणाऱ्या मुलाकडे मेहरुन्निसा पाहत होती. मेहरुन्निसेने दासीकडे वळून पाहिले. ती दासी मस्तकावर ओढणी ओढून आदबीने नतमस्तक झाली होती. मेहरुन्निसेचे लक्ष परत त्या व्यक्तीकडे गेले. ती व्यक्ती अगदी नजीक आली होती. त्या व्यक्तीने विचारले,

"बेटी, तुम्हारा नाम क्या है ?"

मेहरुन्निसेने त्या व्यक्तीला निरखले; व ती न भिता म्हणाली,

"मेहरुन्निसा ऽऽ."

"वा ऽ ! कितना मीठा नाम !"- म्हणत त्या व्यक्तीने मेहरुन्निसेला उचलले. तिच्या गालाचे चुंबन घेत ती व्यक्ती म्हणाली,

"बेटी, तुझं नाव सार्थ आहे. खरंच तू स्त्रियांमध्ये सूर्य आहेस."

मेहरुन्निसेला ते काही कळले नाही; पण त्या व्यक्तीच्या गळ्यातल्या

मोत्यांच्या सरांनी, शिरोभूषणात चमकणाऱ्या माणकांनी तिचे लक्ष वेधून घेतले. होते. मोत्यांचे सर पकडीत मेहरुन्निसेने विचारले,

"तुम कौन हो ?"

त्या भाबड्या प्रश्नाने त्या व्यक्तीला हसू आवरेना. मेहरुन्निसेला छातीशी कवटाळीत ती व्यक्ती म्हणाली,

"बेटी, मै तो मामुलीसा आदमी हूं ! मेरा नाम अकबर है. पण त्या नावाला काही अर्थ नाही."

पाठीमागचे लोक हसले. अकबराशेजारी उभा असलेला सलीम मेहरुन्निसेकडे पाहत होता. अकबराने विचारले,

"कुणाची ही मुलगी ?"

दासी अदबीने म्हणाली, "गियासबेग."

"बुलाव उनको !" शहेनशहा अकबराने आज्ञा दिली. सेवक धावले.

गियासबेग आला. त्याचा आपल्या नजरेवर विश्वास बसत नव्हता. मुजरा करून आदबीने तो शहेनशहासमोर उभा होता. अकबराच्या कडेवरची मेहरुन्निसा हसून बापाकडे पाहात होती. अकबर म्हणाला,

"गियासबेग ! ह्या मेहरुन्निसानं आम्हांला मोहवलं. मोठी गोड आणि धीट मुलगी आहे. हिला आमच्या सलीमबरोबर खेळायला पाठवीत जा. ही आमच्या सलीमला मैत्रीण शोभेल. नशीबवान आहे पोरगी."

"अशी आज्ञा अन्नदाता !" गियासबेग म्हणाला, "नशीबवान तर खरीच हुजूर."

"मतलब ?" अकबराने विचारले.

"आलमपनाह ! माझं नाव मिर्झा गियासउद्दिन बेग महम्मद. चांगल्या खानदानात माझा जन्म झाला. वडील पर्शियात मोठे सरदार होते. वडील मेले. राज्यात बंडाळी झाली आणि आम्ही बेघर झालो. नशिबाची परीक्षा पाहण्यासाठी भारतात येत होतो. दिवसात असलेली बेगम अन् दोन मुलं घेऊन येत असता ह्या मेहरुन्निसेचा जन्म वाटेतच झाला."

बेग थांबलेला पाहताच अकबराने अधीरतेने विचारले,

"का थांबलास ? काय झालं ?"

"हुजूर !" बेग निःश्वास सोडीत म्हणाला, "माणसाची भूक फार वाईट गोष्ट आहे. तहानभुकेनं व्याकुळ झालेल्या जिवांत आणखी एका जिवाची भर पडलेली पाहून मला काही सुचेना. त्या जिवाला दूधपाणी देऊ कुठून ?

मनाचा निर्धार करून तिथंच ह्या मुलीला टाकून मी पुढचा मार्ग धरला !''

"फिर ?''

"माणसं बेइमान झाली तरी, अल्ला दयावंत आहे जहापनाह ! पाठीमागून येणाऱ्या व्यापाऱ्यानं माझ्या मुलीला उचललं. दैवानं त्याची माझी गाठ घालून दिली. त्यानं माझी मुलगी मला परत दिली. एवढंच नव्हे, आपल्या पायाशी आणून सोडली. तीच ही मेहरुन्निसा आपल्या हाती पाहिल्यावर नशीब म्हणण्याखेरीज मी काय म्हणू शकतो ?''

"अल्ला दयावंत आहे गियासबेग ! त्याला सर्वांची काळजी आहे. मेहरुन्निसा उद्यापासून आमच्याकडं येत जाईल.'' मेहरुन्निसेकडे वळून अकबराने विचारले, "क्यूं मेहरुन्निसा ! आयेगी न ?''

आपल्या बापाची नक्कल करीत, आपला चिमुकला हात कपाळी लावीत ती म्हणाली, "जी हुजूर.'' सारे हसले आणि अकबराच्या मिठीत ती गुरफटली गेली.

त्या दिवसापासून मेहरुन्निसेला राजवाड्याचे दरवाजे मोकळे झाले. केव्हाही ती राजवाड्यात येई. अकबर झोपला असला तरी, "आब्बाजान !'' म्हणून त्याला उठवी. कैक वेळा ती अकबराच्या मांडीवर झोपी जाई. अकबर म्हणे, "सलतनतीवर माझं राज्य आहे, पण माझ्यावर ह्या पोरीची हुकमत आहे.''

दिवान-ई-खासमध्ये दरबार भरला होता. दरबारचे सगळे सरदार- मानकरी गोळा झाले होते. अकबर रत्नजडित सिंहासनावर बसून राज्याची हालहवाल विचारीत होता. आणि त्याच वेळी छोटी मेहरुन्निसा दरबारात प्रवेश करती झाली. सारे कौतुकाने मेहरुन्निसेकडे पाहत होते. अकबर दिसताच, "आब्बाजान'' म्हणत मेहरुन्निसा धावली. सिंहासनाच्या खाली रिकाम्या असलेल्या आसनाकडे बोट दाखवीत अकबर म्हणाला, "बैठो बेटी !''

वजीर पुढे झाला. मेहरुन्निसेला उचलून तो त्या आसनावर बसवीत असताना मेहरुन्निसा उठली. रडकुंडीला येत ती म्हणाली,

"मै यहाँ नही बैठूंगी !''

"तो कहाँ बैठोगी, बेटी ?'' वजिराने विचारले.

सिंहासनाकडे बोट दाखवीत मेहरुन्निसा म्हणाली, "वहाँ ! आब्बाजानके साथ.''

सारा दरबार हसला. अकबराच्या चेहऱ्यावरचे हास्य मावळले. तो

सिंहासनावरून उठला. खाली येऊन मेहरुन्निसेला जवळ घेत तो खालच्या बैठकीवर बसला आणि म्हणाला,

“बेटी ! ती जागा फार वाईट आहे. त्या जागेला एवंढही सुख नाही. चुकून प्रसंग आला तरी त्या जागेवर बसण्याचा हट्ट धरू नकोस. तू सुखी व्हावीस असं मला सदैव वाटतं.”

मेहरुन्निसेचे लक्ष अकबराच्या बोलण्याकडे नव्हते. अकबराच्या मांडीवर बसण्यात ती सारे विसरून गेली होती.

मेहरुन्निसेला राजवाड्याखेरीज चैन पडत नव्हते. सलीमशी खेळण्यात, अकबराच्या लाडात ती वाढत होती. अचानक मेहरुन्निसेची आई वारली. मेहरुन्निसेची आबाळ होऊ नये म्हणून अकबराने तिला राजवाड्यात आणले. राजवाडा मेहरुन्निसेला अपरिचित नव्हता. मेहरुन्निसा तेथे रमून गेली. युवराज सलीम आणि मेहरुन्निसेचे खेळ पाहण्यात अकबराचे दिवस जाऊ लागले. त्यांची भांडणे सोडविण्यात अकबराला आनंद वाटत होता. आईच्या सहवासात मेहरुन्निसा कशिदा व चित्रकला शिकली होती. तर सलीमच्या सहवासात तिला घोडदौड, नेमबाजी अवगत झाली होती. सलीमबरोबर ती लिहा-वाचायला शिकत होती. दिवस जात होती. वर्षे उलटत होती. सलीम-मेहरुन्निसांनी तारुण्यात पदार्पण केले; पण वाढत्या वयाची जाणीव दोघांनाही नव्हती.

एके दिवशी दोनप्रहरी मेहरुन्निसा अंगूरबागेतून जात असता तिच्या कानावर हाक मारली, “मेहेर !”

मेहरुन्निसेने दचकून मागे पाहिले. एकदम तिच्या चेहऱ्यावर हसू उमटले. समोरच्या दालनातून सलीम येत होता. त्याच्या हातात दोन पांढरीशुभ्र कबूतरे होती. मेहरुन्निसेच्या जवळ येत सलीम म्हणाला,

“मी तुलाच शोधीत होतो.”

“का ?” मेहरुन्निसेने विचारले.

“आपण कबूतरं उडवू या. मेहेर, ही माझी कबूतरं पकडून ठेव. मी एवढ्यात दुसरी जोडी घेऊन येतो. आपण पंचमहालावर जाऊन कबूतरं सोडू.”

गडबडीने मेहरुन्निसेच्या हाती कबूतरे देऊन सलीम गेला देखील. सलीम परत दुसरी कबूतरे घेऊन आला तेव्हा, मेहरुन्निसेच्या हाती एकच कबूतर होते. भीतीने मेहरुन्निसा बावरी बनली होती. ती खाली मान घालून उभी होती. सलीमने संतापाने विचारले,

"मेहेर, माझं कबूतर ?"

मेहरुन्निसेने मान वर केली. ती म्हणाली,

"उडालं."

"उडालं ?- कसं ?" सलीमचा आवाज चढला होता.

"असं !" म्हणून मेहरुन्निसेने दोन्ही हातांत पकडून ठेवलेले कबूतर सोडून दिले ! दोघांच्या मधून ते कबूतर फडफडत उडाले. त्या कृतीने चकित झालेला सलीम मेहरुन्निसेला निरखीत होता. उडालेल्या कबूतराकडे त्याचे लक्षही नव्हते. खिळल्या नजरेने तो मेहरुन्निसेकडे पाहत होता.

गोऱ्यापान कपाळावर आलेल्या कुरळ्या बटा, रेखीव भुवया, भावनांना बोलके करणारे ते निष्पाप विशाल नेत्र, धारदार नाजूक नाक, केतकी वर्णावर उठून दिसणारे तांबूस ओठ... आजवर हे सौंदर्य कसे जाणवले नाही ह्याचे सलीमला आश्चर्य वाटले होते. सलीम असे का पाहतो हे मेहरुन्निसेला कळत नव्हते. भानावर येऊन आपल्या हातातले पक्षी सोडीत सलीम मोठ्याने हसला. मेहरुन्निसेने किंचित रोषाने विचारले,

"काय झालं हसायला ?"

सलीम मेहरुन्निसेच्या अगदी जवळ जात म्हणाला, "मेहेर, हातातली कबूतरं पकडून ठेवायला नुसती मनाची निरागसता उपयोगी पडत नाही."

"मला कुठं कुणाला पकडून ठेवायचं आहे ?" मेहरुन्निसा म्हणाली.

"पण मला आहे ना !" सलीम म्हणाला.

त्या वाक्याने अकारण मेहरुन्निसा मोहरुन गेली. सलीमच्या नजरेला नजर देणे कठीण झाले. नजर अस्थिर बनली. गोऱ्या कपाळावर घर्मबिंदू डवरून उठले. निरागस नजर खाली झुकली. सर्वांगाचा कंप तिला जाणवत होता. सलीमचा आवाज घोगरा बनला होता. तो म्हणाला,

"बघ ना !"

त्या वाक्याबरोबर भानावर येत मेहरुन्निसेने सलीमकडे पाहिले. क्षणभर तिचे ओठ थरथरले. पण शब्द बाहेर पडले नाहीत. क्षणात ती लाजली आणि दुसऱ्या क्षणी ओढणी चेहऱ्यावर ओढून ती आपल्या दालनात धावत गेली, पण तिला मोठ्याने हाक मारायचे धार्ष्ट्य सलीमला उरले नव्हते.

त्यानंतर सलीम आणि मेहरुन्निसेच्या अनेक भेटी होऊ लागल्या. मेहरुन्निसेला पाहिल्याखेरीज सलीमला चैन पडेना. या चोरट्या भेटींचा गवगवा अकबराच्या कानी गेला. तो संधीची वाट पाहत होता.

एके दिवशी सलीम आणि मेहरुन्निसा अंगूरबागेत भेटत होती. दोघांनाही काळवेळाचे भान नव्हते. आणि त्याच वेळी अकबराची हाक कानावर आली-

"सलीम !"

भीतीने दोघांचाही थरकाप झाला. मेहरुन्निसा खालच्या मानेनं निघून गेली. सलीम बापापाठोपाठ जात होता. खास महालात जाताच अकबराने साऱ्या नोकरांना व दासींना रजा दिली. महालात फक्त सलीम आणि अकबर होते. नतमस्तक सलीमकडे पाहत अकबर म्हणाला,

"सलीम, तू आता लहान नाहीस. असल्या भेटी तुला शोभा देत नाहीत."

"पण आब्बाजान..."

सलीमला बोलू न देता अकबर म्हणाला, "सलीम, साधे रीतिरिवाज तुला ठाऊक नाहीत ? जनानखान्याच्या दाराशी जाऊन त्या पोरीला भेटताना तुला शरम वाटली नाही ? पाठीमागे लोक काय बोलतात याचा कधी विचार केलास ?"

सलीमने नजर वर केली. बापाच्या नजरेला नजर देत तो म्हणाला,

"पण आब्बाजान, मी मेहरुन्निसेशी शादी करणार आहे."

अकबर त्या वाक्याने चकित झाला. संताप आवरीत तो म्हणाला,

"वा ! इथवर मजल गेली ? बेटा सलीम, तू हिंदोस्तानचा भावी सम्राट आहेस अन् भावी सम्राटाची शादी त्याच्या मर्जीनुसार होत नाही. त्याआधी ताज अन् तख्त यांचा विचार केला जातो."

"अब्बाजान, तुम्हांला माहीत आहे, मेहरुन्निसेचं खानदान चांगलं आहे अन् तिचं सौंदर्य कुठलंही ताज अन् तख्त यांना शोभून दिसणारं आहे."

"खामोष !" अकबर मुठी आवळीत म्हणाला, "पागल मत बन. सलीम, ताज अन् तख्त... एका पोरीच्या प्रेमाइतकी स्वस्त गोष्टी नाही."

तुच्छतेने बापाकडे पाहत सलीम म्हणाला, "तेच म्हणतोय मी आब्बाजान ! आजवर कुठल्याही सच्चा मोहोबतीची बरोबरी कुठलाही ताज अन् तख्त करू शकले नाहीत."

नुकतीच मिसरूड फुटू लागलेल्या सलीमची धिटाई पाहून अकबर थक्क झाला. हे उत्तर सलीम देईल असे त्याला स्वप्नातही वाटले नव्हते. संताप आवरीत तो सलीमजवळ गेला. आपल्या थरथरणाऱ्या हातांमध्ये सलीमचा चेहरा धरीत अकबर म्हणाला,

"बेटा ! असला हट्ट धरु नकोस. तुझ्यावर माझी मोहोबत आहे. पण

त्याहीपेक्षा तख्ताला मी अधिक बांधला गेलोय. ते प्रेम एवढं जबरदस्त आहे की, प्रसंग आलाच तर तख्ताची इज्जत राखण्यासाठी तुझ्यासारख्या आवडत्या मुलाचाही त्याग करायला मी क्षणभरही मागंपुढं पाहणार नाही. तो प्रसंग तू माझ्यावर आणू नकोस. माझं मन शांत होईपर्यंत माझ्यासमोर येऊ नकोस !''

अकबराच्या व्यथित चेहऱ्याकडे पाहून सलीम काही बोलू शकला नाही. खालच्या मानेने तो महालाबाहेर पडला.

त्या प्रसंगाने अकबर पुरा अस्वस्थ झाला होता. पुष्कळ विचार करून त्याने सलीमला दक्षिणेत स्वारीला पाठवायचे ठरवले. तसे हुकूम सलीमकडे दिले गेले. दक्षिणविजयासाठी जात असता, आपणांस तिकडे का पाठविले जात आहे ह्याची पुरी जाणीव सलीमला होती. मोहिमेवर जाण्याआधी आई अकबराच्या महाली आहे ह्याची माहिती घेऊन सलीम जनानखान्यात शिरला.

सलीमला पाहताच मेहरुन्निसा जागच्या जागी थिजली. सलीमच्या आगमनाने दासी बाहेर निघून गेल्या. शिरस्त्राण परिधान केलेला सलीम मेहरुन्निसेच्या समोर आला. त्याचे ते शिरस्त्राण, चिलखत, तो रणवेष पाहून तशा प्रसंगीही मेहरुन्निसेला हसू आले.

''का हसतेस ?'' सलीमने विचारले.

''गुलाब काट्यातच शोभून दिसतो हेच खरं.'' मेहरुन्निसा म्हणाली.

''हो, पण त्याचा अर्थ असा नव्हे की, गुलाबाला कुणीच जवळ घेऊ नये !''

क्षणात मेहरुन्निसेचे हसू मावळले. तिचे डोळे भरून आले. ''थांबा,'' असे म्हणत ती धावत गेली. ती परत आली तेव्हा, तिच्या हाती एक रुमाल होता. आपली अश्रुपूर्ण नजर उंचावून मेहरुन्निसेने रुमाल पुढे केला. त्या रेशमी रुमालावर कशिद्याने एक सुरेख गुलाबकळी भरली होती. सलीमने आवेगाने मेहरुन्निसेला आपल्या मिठीत घेतले आणि तिच्या गालाशी ओठ नेत तो म्हणाला,

''मेहेर ! आज मी जातो आहे, पण लौकरच परत येईन. माझी वाट बघ.''

मेहरुन्निसेच्या डोळ्यांतले पाणी न पाहता सलीम निघून गेला.

फतेहपूरच्या गजबजलेल्या किल्ल्यातून एक सलीम गेला आणि मेहरुन्निसेला एकाकीपण जाणवू लागले. ज्या ज्या ठिकाणी ती पाऊल ठेवीत होती, तेथे तेथे सलीमची आठवण येत होती. मेहरुन्निसेला ही एकटेपणाची भावना नवीन होती. ती तिला असह्य वाटत होती.

थंडीचे दिवस होते. रात्र पडली होती. टिपूर चांदणे साऱ्या वाड्यात फाकले होते. अकबर खास महालाच्या सज्जावर उभा होता. चांदण्याच्या प्रकाशात चमकणाऱ्या तलावाकडे तो पाहत होता. त्या नि:स्तब्ध वातावरणावरून नजर फिरवीत असता अकबराची नजर अंगूरबागेवर स्थिर झाली. त्या बागेच्या पायरीवर कोणी तरी बसले होते. अकबराचे कुतूहल जागे झाले. तो पायऱ्या उतरू लागला. अंगूरबागेत अकबराने प्रवेश केला तरी, त्या व्यक्तीला त्याची जाणीव झाली नाही. अकबराने विचारले,

"कौन है ?"

त्या शब्दाबरोबर मेहरुन्निसेची समाधी भंग पावली. ती चटकन् उठून उभी राहिली. पुन्हा आवाज आला.

"कौन है ?"

काही न बोलता मेहरुन्निसेची मान लवली. तिचा उजवा हात कपाळी टेकला. अकबर नजीक आला होता. तो आश्चर्याने म्हणाला,

"कौन ! मेहरुन्निसा ? सलामत रहो बेटी."

अकबराने तिच्या हनुवटीला स्पर्श करून ती उंचावली. मेहरुन्निसा अकबराकडे पाहत होती. तिचे डोळे भरून आले. "अब्बाजान" म्हणत ती अकबराला बिलगली. अकबर तिच्या पाठीवरून हात फिरवीत होता.

"बेटी, अशा थंडीत का बसलीस ? तबियत बिघडेल ना ! थंडी वाजत नाही ?"

मेहरुन्निसेने नकारार्थी मान हलविली. आपल्या खांद्यावरची पश्मीना शाल मेहरुन्निसेच्या खांद्यावर लपेटीत अकबर म्हणाला,

"चल !"

अकबराच्या पाठोपाठ मेहरुन्निसा चालत होती. दालने, चौक ओलांडीत जात होती. पहारेकऱ्यांचे, हुजऱ्यांचे मुजरे झडत होते. सलीम चिस्तीच्या दर्ग्यापाशी दोघे आले. पायऱ्या चढून अकबर जात होता. मेहरुन्निसा मागून चालत होती. त्या भव्य दरवाज्याच्या आत विस्तीर्ण फरसबंदी चौक होता. त्या चौकातील सलीम चिस्तीचा संगमरवरी दर्गा चंद्रकिरणांत तळपत होता. चौकातून जात असताना अचानक अकबर थांबला.

मेहरुन्निसेकडे पाहत अकबर म्हणाला, "बेटी, हा सलीम चिस्तीचा दर्गा. राज्याला वारस नाही ह्याचं दु:ख असह्य झालं तेव्हा, अजमीरच्या वैराण माळावर राहणाऱ्या ह्या सत्पुरुषाची कीर्ती ऐकून मी तिथं गेलो. ह्या महात्म्यापुढं

गुडघे टेकले. भिक्षेची झोळी पसरली आणि त्यानं आशीर्वाद दिला. राज्याला वारस मिळाला. त्याचं नाव सलीम ठेवलं. राज्याची काळजी दूर झाली. मागेल ते मिळतं असं पृथ्वीवरचं एवढं एकच ठिकाण आहे. मनाची बेचैनी दूर करायची झाली तर इथं यावं आणि समाधानानं परतावं. चल, आत जाऊन प्रार्थना करू.''

पायातले चढाव काढून अत्यंत विनम्र भावाने अकबर दर्ग्यात शिरला. अत्तर-उदांच्या वासाने सारे वातावरण दरवळत होते. अकबराने गुडघे टेकले. तो प्रार्थना करू लागला. अकबराने डोळे उघडले तेव्हा त्याच्या शेजारी मेहरुन्निसा अत्यंत तन्मयतेने दुवा मागत होती. तिच्या मिटलेल्या डोळ्यांतून अश्रू झरत होते. दर्ग्यातल्या मंद प्रकाशात दिसणाऱ्या त्या निष्पाप सौंदर्याकडे अकबर भारावून पाहात होता.

दर्ग्याच्या बाहेर दोघे आले तेव्हा अकबराने विचारले,

''बेटी, काय मागितलंस ?''

मेहरुन्निसा खिन्नपणे हसली, ''मागेल ते मिळतं हे कळल्यावर, मागण्यात कुचराई कोण करील ?''

अकबराने मेहरुन्निसेच्या पाठीवर हात ठेवला. आकाशातल्या चंद्राकडे बोट दाखवीत तो म्हणाला, ''बेटी तो चंद्र साऱ्यांनाच आवडतो. मागेल ते मिळेल म्हणून कुणी तो चंद्र मागत नाही ! मागितला तरी तो मिळत नाही. जे योग्य तेच परमेश्वराकडं मागावं.''

अकबर गंभीर बनला होता. तो म्हणाला, ''माझी पुकार ह्या महात्म्यानं ऐकली त्याचं कारण माझी मागणी योग्य होती. त्यात माझा स्वार्थ नव्हता. साऱ्या हिंदोस्तानचं राज्य करणाऱ्या माणसानं स्वार्थाचा विचार करून कसं चालेल ? दिग्विजयाचं प्रतीक म्हणून बांधलेल्या ह्या बुलंद दरवाज्याची शान अशीच बुलंद राहिली पाहिजे, टिकली पाहिजे. सलीमसारखा अत्यंत आवडता मुलगा.. राज्याचा वारस... मोहिमेवर पाठवला जात असता बापाच्या मनात केवढ्या अशुभ कल्पना येत असतील, त्याला वेदना काय होत असतील ह्याची कल्पना फक्त बापालाच येईल. तरीही सलीमला पाठवणं हे माझं कर्तव्यच आहे. कारण सलीम ही राज्याची अनामत आहे आणि राज्याशी प्रामाणिक राहणे हे माझ्यापासून प्रत्येक नागरिकापर्यंत सर्वांचं कर्तव्य आहे. इथं वैयक्तिक भावनेपेक्षा राज्याला किंमत आहे. त्याच राज्याच्या चिंतेनं मी सदैव बेचैन असतो.''

अकबर भानावर आला. त्याचे अंग थंडीने शहारले. तो म्हणाला, ''बेटी,

रात्र फार झाली. झोप जा.''

त्या रात्री मेहरुन्निसेला झोप आली नाही. दिवस उलटत होते; पण मेहरुन्निसेची तगमग कमी होत नव्हती. सारे विसरण्याचा प्रयत्न करीत असताही ते तिला साधत नव्हते. फतेहपूरला राहणे तिला असह्य होत होते. उन्हाळा आला आणि पाणी पुरवणारा तलाव आटू लागला. अंगूरबाग पाण्याअभावी सुकू लागली. फतेहपूर हवालदिल झाले, तलावावरून येणाऱ्या गार वाऱ्याची मौज लुटण्यासाठी बांधलेल्या पाच मजली पंचमहालात वैराण वाळवंटावरून येणारे उष्ण वारे गिलाव्यांनादेखील तडे पाडू लागले. तळघरांच्या आश्रयाने राणीवंश उन्हाळ्याची तगमग कमी करू लागला. शेवटी नाइलाजाने अकबराला फतेहपूर सोडणे भाग पडले. त्याने आपला मुक्काम आग्र्याला हलवला.

नवीन बदललेल्या आग्र्याच्या वातावरणात मेहरुन्निसा रमू लागली. पूर्वीप्रमाणे अकबर प्रेम करू लागला. मेहरुन्निसा आपल्या सख्यांच्याबरोबर आग्र्याच्या लाल किल्ल्यात रमत होती. कशिदा काढणे, आँखमिचौली खेळणे, रपेटीला जाणे ह्यात तिचा वेळ जात होता. मेहरुन्निसा आनंदात रमलेली पाहून अकबरालाही समाधान वाटत होते. अकबराचे साम्राज्य कळसाला पोहोचले होते. दररोज नाना देशचे वकील हजर होत होते. व्यापारी हरतऱ्हेचा माल घेऊन येत होते. धर्मपरायणांच्या संगतीत दीने-इलाही फुलत होती. दिवान-ई-खासमध्ये राजकारणाच्या बैठकांत साम्राज्य स्थिर होत होते.

सकाळची वेळ होती. अकबराचा मातबर इराणी सरदार अलीकुलीखान आपल्या सैनिकांसह बादशहाच्या दर्शनासाठी आग्र्याला येत होता. शेर अफगाण नावाने तो ओळखला जात असे. यमुनेच्या काठाने तो किल्ल्याच्या दिशेने येत असता त्याच्या कानावर टापांचा आवाज आला. शेर अफगाणने पाहिले तो, यमुनाकाठच्या झाडीतून भरधाव वेगाने जाणारा घोडा त्याला दिसला. क्षणभर त्या पांढऱ्या घोड्याचे दर्शन झाले आणि परत तो झाडीत लुप्त झाला. फक्त टापांचा आवाज कानांवर येत होता. त्या घोड्यावरचा स्वार पुरुष नसून स्त्री आहे हे शेर अफगाणच्या ध्यानी आले. लक्ष देऊन तो टापांचा मागोवा घेत होता. पुन्हा ते घोडे मोकळ्या जागेतून जाताना दिसले. शेर अफगाणला संशय राहिला नाही. त्याने आपल्या सैनिकांना इशारत केली; व त्याने आपला घोडा भरधाव सोडला.

पाठीमागून येणाऱ्या टापांचा आवाज ऐकून मेहरुन्निसेने मागे वळून पाहिले. एक अबलख घोडे मागून चौखूर उधळत येत होते. मेहरुन्निसेने परत घोड्याला

टाच दिली. ते उमदे जनावर परत इशारतीबरोबर उधळले. वायुवेगाने दोन्ही घोडी धावत होती. हळूहळू अंतर कमी होत होते. पाहता पाहता अबलख घोड्याने पांढऱ्या घोड्याचा कायदा हाती घेतला. घोडी थांबली. दोन्ही घोडी घामाने निथळत होती. घोड्यांची तोंडे फेसाळली होती. संतप्त झालेल्या मेहरुन्निसेने शेर अफगाणकडे पाहिले. शेर अफगाण मेहरुन्निसेचे लावण्य भान विसरून पाहत होता.

"छोड दो लगाम !" मेहरुन्निसा म्हणाली.

त्या वाक्याने भानावर येऊन शेर अफगाणने लगाम सोडला. तो म्हणाला,
"मला वाटलं.."

"काय वाटलं ?" मेहरुन्निसेने संतापाने विचारले.

"मी किल्ल्याकडे जात होतो. अचानक टापांचा आवाज ऐकला. भरधाव वेगाने जाणारे जनावर दिसले. तुम्ही दिसला. मला वाटलं. जनावर बुजलं. अपघात होईल, या भीतीनं मी.."

"... आलो अन् घोडं धरलं, हेच ना ?" मेहरुन्निसा म्हणाली. त्याचवेळी मागून टापांचा आवाज आला. दोघांनी मागे वळून पाहिले. पाच-दहा घोडी भरधाव वेगाने येत होती. अंतर बरेच होते. मेहरुन्निसेने झटकन् बुरखा घेतला व म्हणाली,

"माझ्या सख्या येताहेत. जा तुम्ही."

"आपलं नाव नाही समजलं."

"मेहरुन्निसा !"

"पुन्हा भेट ?"

मेहरुन्निसेने त्या तरुणाकडे नजर टाकली. बुरख्याच्या जाळीतून त्या तरुणाला ती निरखीत होती. त्याची घोड्यावर सजलेली मांड, त्याच्या नजरेतला बेडर भाव, चेहऱ्यावर उमटलेले आत्मविश्वासाचे हास्य... क्षणभर मेहरुन्निसेला त्याचे कौतुक वाटले. मिस्किल हास्य तिच्या चेहऱ्यावर उमटले. ती म्हणाली,

"होईल ना !"

"कुठं ?" शेर अफगाणने विचारले.

"जहाँपनाह अकबर आहेत ना... त्यांना विचारा. ते सांगतील माझा पत्ता !"

मेहरुन्निसेच्या अपेक्षेप्रमाणे शेर अफगाणच्या चेहऱ्यावरचे हसू मावळले नाही. त्याची जाड भुवई किंचित वक्र झाली. बुरख्यात दडलेल्या मेहरुन्निसेच्या नजरेचा ठाव घेण्याचा प्रयत्न त्याची नजर करीत होती. तो म्हणाला,

"शक्य झालं तर जरूर विचारीन. पण तुम्ही भेटाल ना !"

मेहरुन्निसेचे हसू पटकन मावळले. सारा संताप उफाळून उठला. काही न बोलता क्षणात तिने घोडे वळवले आणि घोड्याला टाच दिली.

दोन प्रहर टळली होती. संध्याकाळची वेळ झाली होती. बुरुज महालावर सरदार मानकरी येत होते. मनोऱ्यात खास बैठक मांडली होती. त्या मनोऱ्याच्या डाव्या बाजूच्या गच्चीवर सरदार-मानकऱ्यांच्या जागा होत्या. उजव्या बाजूला स्त्रियांसाठी राखीव जागा ठेवली होती. जमलेल्या सरदार-मानकऱ्यांत शेर अफगाण दिसत होता. उंचापुरा, धिप्पाड शरीराचा अफगाण आपल्या तीक्ष्ण नजरेने सगळीकडे पाहत होता. जमलेले मानकरी तटावरून वाकून खाली पाहत होते. खालच्या खंदकाच्या पटांगणात सोडलेला संतप्त वाघ गुरगुरत फिरत होता. त्याचे लकाकणारे पिवळेधमक अंग, त्यावर उठून दिसणारे काळे पट्टे, लंबझोक शरीर... सारे निरखीत होते. वरच्या माणसांचा आवाज ऐकून तो वनराज संतप्त होई. आपली गर्दन उंचावून तो तटावरच्या जमावाकडे पाही. शेपटी फडकावीत तो परत पटांगणात येरझारा घालू लागे. शेर अफगाणनेच तो वाघ पकडून आणला होता. एवढे प्रचंड जनावर आजवर शाही मैदानात उतरले नव्हते. हत्ती मैदानात सोडला जाईल तेव्हा सरशी कोणाची होईल हे कोणालाच सांगता येत नव्हते.

वाघ निरखण्यात सारे मग्न झाले असता, अलकाबांचे पुकार कानांवर आले. सारे आदबीने उभे राहिले. भालदारांच्या मागोमाग शहेनशहा अकबराची स्वारी साऱ्यांच्या नजरेत आली. मुजऱ्यासाठी साऱ्यांच्या माना झुकल्या. मानेने अभिवादनाचा स्वीकार करीत अकबर सिंहासनावर बसला. वाघावर नजर टाकून अकबराने शेर अफगाणला हाक मारली. शेर अफगाण मुजरा करून उभा राहिला.

"शेर अफगाण ! फार उमदं जनावर आणलंस. फार कष्ट पडले असतील नाही ?"

"खाविंदांच्या सेवेला कोणतेही कष्ट अपुरेच आहेत."

त्या वेळी जोराचा वारा सुटला. ती अचानक आलेली वावटळ शमण्याची सारे वाट बघत होते. उजव्या बाजूच्या स्त्रियांमध्ये त्या वावटळीने गडबड उडाली. राजस्त्रियांमध्ये मेहरुन्निसाही होती. ती उभी राहून आपली ओढणी सारखी करीत असता अचानक आलेल्या वावटळीत ती ओढणी उडाली. ती निळी

ओढणी तरंगत तरंगत सरळ खालच्या मैदानात उतरली. अंगावरची ओढणी उडाल्याने मेहरुन्निसेचे सौंदर्य उघडे पडले. संकोचाने मान खाली घालून ती तेथेच उभी राहिली. बादशहाजनीक उभ्या असलेल्या शेर अफगाणचे लक्ष तिकडेच होते. बादशहाच्याही नजरेत ही गोष्ट आली होती. शेर अफगाणने बादशहाला मुजरा केला. बादशहाने हसून मान तुकवली आणि शेर अफगाण सरळ तटाकडे गेला. बुरजाच्या कंगोऱ्याला लावलेले दोराचे वळे त्याने आत सोडले. ओढणी मैदानाच्या मध्यभागी पडली होती. वाघ उत्तरेच्या दरवाज्याकडे गेला होता. शेर अफगाणने आपली तलवार हातात धरली आणि एकदम तो सरसर मैदानात उतरला. साऱ्यांचे श्वास अवरोधले गेले. वाघाची नजर शेर अफगाणवर वळली तेव्हा, शेर अफगाण दोराजवळ पोहोचला होता. संतप्त वाघाने धाव घेतली. शेर अफगाण दोर चढत होता. तटाला पाय देऊन तो झरझर वर येत होता. गर्जना करून वाघाने झेप घेतली. स्त्रियांमधून किंकाळ्या उठल्या. पण वाघाची झेप शेर अफगाणापर्यंत पोहोचू शकली नाही. शेर अफगाण तटावर आला. बादशहाचे अस्तित्व विसरून साऱ्यांनी जल्लोष केला. ओढणी घेऊन शेर अफगाण बादशहाच्या समोर गेला आणि त्याने ती ओढणी बादशहाच्या समोर ठेवली.

"मेहरुन्निसा !" बादशहाने हाक मारली.

मेहरुन्निसा संकोचाने पुढे आली. बादशहाने पुढे केलेली ओढणी घेऊन तत्परतेने तिने ती मस्तकी घेतली. शेर अफगाणाकडे वळून बादशहा म्हणाला,

"शेर, खराच तू शेर आहेस ! एका स्त्रीच्या लज्जारक्षणासाठी जे साहस तू केलंस त्याला तोड नाही. आम्ही प्रसन्न आहो. जे मागायचं असेल ते माग. आम्ही तुला देऊ."

शेर अफगाणच्या चेहऱ्यावर हास्य उमटले. क्षणभर अवगुंठित सौंदर्यावर त्याने नजर टाकली व तो म्हणाला,

"जहाँपनाह, तुमच्या कृपेला मी पात्र आहे ह्यात सारं मला मिळालं आहे ! पण आपल्या दातृत्वाचा अपमान होऊ नये म्हणून.."

"सांग शेर. संकोच करू नकोस."

शेर अफगाणने आवंढा गिळला व तो शरमून म्हणाला,

"जे सौंदर्य पाहून मृत्यूचीही भीती वाटली नाही, त्या सौंदर्याची सोबत आयुष्यभर मिळाली तर मी धन्य होईन !"

"वा शेरखान !" अकबर प्रसन्नपणे हसला. क्षणभर तो विचारात पडला.... क्षणात मनावरचे ओझे कमी झाल्याचा त्याला आनंद झाला. त्याने गियासबेगला

हाक मारली. गियासबेग मुजरा करून उभा राहिला. अकबर म्हणाला,

"गियासबेग, आमची मेहरुन्निसा मोठी झाली आहे. तिला योग्य असं स्थळ मिळावं अशी आमची इच्छा होती. हा आपला शेर अफगाण तिला शोभेल असं वाटतं. तुझी काही हरकत नाही ना !"

गियासबेग नतमस्तक होऊन म्हणाला, "खाविंद ! बेटी आपली आहे."

अकबराच्या चेहऱ्यावर क्षणात स्मित झळकले. तो शेर अफगाणकडे वळून म्हणाला,

"शेर, आज आम्ही आमची बेटी मेहरुन्निसा तुझ्या हाती देत आहोत. तू नुसता सरदार नाहीस. आज या क्षणी आम्ही तुला बरद्वानचा सुभा देत आहो."

शेर अफगाणने त्रिवार मुजरा केला. साऱ्यांचे लक्ष पुन्हा खेळाकडे वळले. त्या गडबडीत मेहरुन्निसा तेथून केव्हा गेली हे कुणाच्याही ध्यानी आले नाही.

दोन दिवसांत शाही इतमामात मेहरुन्निसेचा शेर अफगाणशी निका लावण्यात आला. मेहरुन्निसा बंगालची सुभेदारीण बनली.

आपल्या नववधूसह शेर अफगाण बंगालची वाटचाल करीत होता. लाडक्या मेहरुन्निसेला त्रास होऊ नये म्हणून अकबराने आपल्या गजशाळेतील खास हत्ती - इंद्रजित - दिला होता. दोनशे घोडेस्वारांचे पथक हत्तीच्या मागेपुढे जात होते. शेर अफगाण काळ्या धिप्पाड घोड्यावर स्वार होऊन बरोबर जात होता. हौद्यावर छत्री असली तरी, येणाऱ्या उष्ण वाऱ्याने आणि हत्तीच्या डुलण्याने व कैक दिवसांच्या प्रवासाने मेहरुन्निसा त्रासून गेली होती.

संध्याकाळच्या वेळी शेर अफगाणची छावणी दिसू लागली तेव्हा, मेहरुन्निसेला बरे वाटले. साऱ्या दिवसभराचा प्रवास रेताड मुलुखातून झाला होता. हत्तीच्या गळ्यातल्या घंटेच्या अखंड नादाने तिचे मस्तक सुन्न झाले होते.

प्रवासाने त्रस्त झालेली मेहरुन्निसा आपल्या डेऱ्यात विश्रांती घेत होती. वाढत्या काळोखाबरोबर समया पेटवल्या गेल्या. शामदानांतल्या मेणबत्त्या वितळू लागल्या. रुजाम्याच्या गालिचांनी आच्छादलेल्या जमिनीवर दासींची पावले हालचाल करीत होती. मेहरुन्निसा मंचकावर विश्रांती घेत होती. दासी वारा ढाळीत होत्या. त्याच वेळी डेऱ्याचा मखमली पडदा बाजूला करून शेर अफगाण आत आला. साऱ्या दासींच्या माना झुकल्या व त्या आदबीने बाहेर गेल्या. डोळे मिटून पडलेल्या मेहरुन्निसेने डोळे उघडले. शेर अफगाणला पाहताच ती उठून बसली. गडबडीने पुढे येत शेर अफगाण म्हणाला,

"आज फार त्रास झाला असेल !"

मेहरुन्निसा शेर अफगाणकडे पाहत होती. त्याचे मानेवर रुळणारे केस, खोबणीत बसवलेले तेजस्वी डोळे, धारदार नाक, बदामी रंग... हे सर्व ती अवलोकित असता, शेर अफगाण हसून म्हणाला,

"काय पाहतेस ?"

उठत मेहरुन्निसा म्हणाली, "तुम्हाला."

"का ? माझ्यात पाहण्यासारखं काय आहे ?"

"आहे तर !" मेहरुन्निसा उपहासाने म्हणाली, "बादशहाला एक वाघ नजर करून वाघीण पकडणारा का सामान्य असतो'?"

"मतलब ?" म्हणत शेर अफगाण तिच्या नजीक आला. मेहरुन्निसेच्या झुकलेल्या हनुवटीला धरून त्याने तिच्या प्रतिकाराला न जुमानता ती उंचावली आणि म्हणाला,

"मेहरुन्निसा, बघ."

मेहरुन्निसेची नजर वर गेली. शेर अफगाणच्या नजरेत वेगळेच तेज प्रकट झाले होते. त्याची बोटे मेहरुन्निसेच्या गालांत रुतत होती. ती पकड तिला जाणवत होती. तिच्या नजरेला नजर देत शेर अफगाण म्हणाला,

"बायकांची खुशामत करायची सवय मला नाही. ती अपेक्षा तू करू नकोस. तुझ्या इच्छेप्रमाणंच, शहेनशहांना विचारूनच मी तुला मिळवलंय. एवढंच नव्हे तर, जिवाशी खेळ खेळून मी तुझी किंमत तेव्हाच आदा केली. जी गोष्ट मला आवडते ती मिळविल्याखेरीज मला चैन पडत नाही. तिथं दुसऱ्याच्या मनाचा मी विचार करीत नाही. आज थकलीस, तू विश्रांती घे. पण पुन्हा माझा असा उपमर्द केलेला मला खपणार नाही. ते धाडस तू करू नकोस... समजलं ?"

एवढे बोलून शेर अफगाणने एकदम हनुवटी सोडली आणि गर्रकन जसा आला तसा वळून निघून गेला. आपली दुखावलेली हनुवटी थरथरत्या हाताने मेहरुन्निसा कुरवाळीत होती. संताप-अपमानाने तिचे डोळे भरून आले. तिला हुंदका आवरेना. उभ्याउभ्या ती मंचकावर कोसळली आणि मुसमुसून रडू लागली.

दुसऱ्या दिवशी सारी तयारी झाल्याची वर्दी येताच मेहरुन्निसा बुरखा घेऊन डेऱ्याबाहेर आली. हौदा चढविलेला हत्ती बसला होता. हौद्याला शिडी लावली होती. मेहरुन्निसा डेऱ्याबाहेर येताच सारे सेवक आदबीने मागे सरले. मेहरुन्निसेने

एकवार हत्तीकडे नजर टाकली आणि तिने पाऊल उचलले. तोच घोड्यांच्या टापांचा आवाज आला. मेहरुन्निसेने चेहऱ्यावरच्या जाळीतून पाहिले. शेर अफगाण दौडत येत होता. नजीक येताच तो पायउतार झाला. मेहरुन्निसेच्या जवळ येताच तो म्हणाला,

"बेगम ! आज तुम्ही हत्तीवर बसण्याची जरुरी नाही. दुसरा काफिला कालच पुढं रवाना झाला आहे. मार्ग बिनधोक झाला आहे. ही मंडळी मागून येतील."

मेहरुन्निसेला काही अर्थबोध होत नव्हता. शेर अफगाणच्या इशारती बरोबर दोन उमदे अबलख घोडे आणले गेले. एका घोड्याच्या पाठीवर तांबड्या मखमलीचे आवरण असलेले खोगीर होते. त्या घोड्याचे कायदे रेशमी होते. शेर अफगाणने त्या घोड्याकडे बोट दाखविले.

मेहरुन्निसेने एकवार शेर अफगाणकडे नजर टाकून घोड्यावर मांड टाकली. शेर अफगाणने काही क्षण तळाला हुकूम दिले आणि तो स्वार झाला. सकाळच्या कोवळ्या उन्हात ती घोडी भरधाव वेगाने वाट कापू लागली. काही अंतर गेल्यावर शेर अफगाण म्हणाला,

"बेगम, इथं कोणी नाही. अवघड वाटत नसेल तर, हा पडदा टाकून द्या ना!"

मेहरुन्निसेने आपला बुरख्याचा झगा काढून टाकला. पिवळा, रेशमी कुडता आणि तंग विजार परिधान केलेल्या मेहरुन्निसेने आपली ओढणी सावरली. घोड्याच्या मानेवर बुरखा टाकला. केसांच्या वेण्या नीट आवरून घेतल्या आणि शेर अफगाणाकडे नजर टाकून घोड्याला जोराने टाच दिली. उमदे जनावर इशारतीबरोबर चौखूर उधळले. पाठोपाठ शेर अफगाणचे घोडे उधळले. वायुवेगाने दोन्ही घोडी जात होती. रस्त्यात आलेले ओहळ अलगद पार करीत होती. घोड्यांच्या टापांचा आवाज मुलखात घुमत होता. नजीक येणाऱ्या शेर अफगाणला पाहून मेहरुन्निसेने वेग वाढवला. तिला गाठण्याचा प्रयत्न शेर अफगाण करीत होता. तिच्या त्या स्वारीने तो चकित झाला होता. ही दोन्ही घोडी धावत असता अचानक आडव्या आलेल्या ओहळावरून मेहरुन्निसेने घोडे उडविले. जेव्हा ओहळाच्या पलीकडे घोड्याचे पाय टेकले, तेव्हा घोड्याचा उजवा पाय भुसभुशीत मातीत फसला. त्या ठेचेबरोबर मेहरुन्निसा घोड्यावरून बाजूच्या गवतावर फेकली गेली. घोडे सावरून नजिकच उभे होते.

शेर अफगाण दौडत तेथे आला. मेहरुन्निसाला वाटले - आता तो घोड्यावरून

पायउतार होईल; आपल्याजवळ धावत येईल; आपल्याला उठवील. पण त्यापैकी कोणतीच गोष्ट घडली नाही. घोड्यावर बसूनच तो पडलेल्या मेहरुन्निसेकडे पाहून हसत होता. मेहरुन्निसेला संताप, अपमान जाणवत होता. उठण्याचेही भान तिला राहिले नव्हते. ती शेर अफगाणकडे पाहत होती. शेर अफगाण हसत म्हणाला,

"बेगम, घोड्यावर स्वार व्हायचे म्हणजे, केव्हा तरी अपघाती पडणं हे आलंच. कसलेल्या स्वाराच्याही हे नशिबी असतंच. पण पडलं तरी, स्वारानं आपल्या जखमेचीसुद्धा पर्वा न करता चटकन उठायला हवं. घोडं पकडायला हवं. तुम्ही नशीबवान म्हणून घोडं अजून शेजारी उभं आहे."

संताप केव्हा मावळला आणि त्याची जागा विस्मयाने केव्हा घेतली हेही मेहरुन्निसेच्या ध्यानी आले नाही. ज्याच्याशी नुकतेच लग्न झाले आहे त्या माणसाची आपल्या बेगमेशी वागण्याची पद्धत पाहून मेहरुन्निसा पुरी विस्मयात पडली होती. कुठे तरी ती वृत्ती सुखावत होती.

"उठता ना ?" शेर अफगाणने विचारले.

आपले अंग झटकीत मेहरुन्निसा उभी राहिली. उजवा पाय लचकला असताही तिने तसे दाखवले नाही. मेहरुन्निसेने मांड घेतलेली पाहताच, शेर अफगाणने घोड्याला इशारत केली. मेहरुन्निसेच्या घोड्याजवळून शेर अफगाणचे घोडे दौडत पुढे गेले. मेहरुन्निसेने घोड्याला टाच दिली. पण घोड्याने धाव घेतली नाही. ते लंगडत चालत होते. मेहरुन्निसा खाली उतरली. तिने पाहिले तो, घोड्याचा पाय दुखावला होता. मेहरुन्निसेने समोर नजर टाकली. बऱ्याच अंतरावर जाऊन शेर अफगाण वळून पाहत होता. त्याने घोडे वळवलेले मेहरुन्निसेने पाहिले. दौडत तो मेहरुन्निसेच्या जवळ आला. त्याने विचारले,

"काय झालं ?"

"घोड्याचा पाय दुखावलाय. लंगडतोय." मेहरुन्निसा म्हणाली.

शेर अफगाणच्या चेहऱ्यावर उमटलेले मिस्किल हास्य मेहरुन्निसेच्या नजरेतून सुटले नाही. मेहरुन्निसा त्याच्याकडे पाहात होती. असहायता तिच्या नजरेत पुरी सामावली होती. शेर अफगाण म्हणाला,

"बेगम, मागचा तळ फार लांब राहिला. पुढचा तळही नजिक नाही."

"मग ?"

खांदे उडवीत आपल्या समोरची जागा दाखवीत शेर अफगाण म्हणाला,

"एवढा एक उपाय आहे. ऊन वाढतंय. माझ्या शेजारी बसून येणं तुम्हाला मान्य असेल तर, सावकाश वाटचाल करता येईल. बघा पटलं तर.

नाही तर, घोड्याबरोबर चालण्याखेरीज गत्यंतर नाही !''

मेहरुन्निसा काही न बोलता शेर अफगाणजवळ गेली. खाली मान घालून उभी राहिली. बसल्या बैठकीवरून किंचित वाकून शेर अफगाणने तिच्या कमरेला आपल्या डाव्या हाताचा विळखा दिला. क्षणात मेहरून्निसा उचलली गेली. दुसऱ्याच क्षणी ती शेर अफगाणच्या समोर बसली होती. शेर अफगाणने दुसऱ्या घोड्याचा लगाम खोगिराला अडकवला आणि त्याने आपल्या घोड्याला इशारत केली. घोडी सावकाश चालू लागली. शेर अफगाणचा डावा पंजा मेहरुन्निसेच्या पोटावर होता. शेर अफगाणला आपला अंगस्पर्श होऊ नये म्हणून मेहरुन्निसा जपत होती. तिला घोड्याची काळजी वाटत होती. नाइलाजाने तिने विचारले,

''घोड्याचा पाय बरा होईल ना ?''

शेर अफगाण आपला आनंद न दाखवता म्हणाला, ''न व्हायला काय झालं बेगम ? नुसता लचकलाय तो. घोडं प्रामाणिक जनावर आहे म्हणून त्यानं लचकलेला पाय दाखवला एवढंच !''

''मी नाही समजले !'' नकळत मेहरुन्निसा बोलून गेली.

''बेगम, तुमचाही पाय दुखावला, पण तुम्ही कुठं दाखवलात ?''

मेहरुन्निसा लाजली. काही बोलली नाही.

ऊन्ह चढत होते. घोडी सावकाश जात होती. शेर अफगाणच्या हाताची पोटावरील पकड तिला जाणवत होती. त्या हाताचा स्पर्श तिला बेचैन करीत होता. त्याच्या हातांच्या मिठीत आता तिचे जीवन होते. संरक्षण करण्याचे सामर्थ्य त्या हातांच्या ठायी तिला जाणवत होते. मनात नसतानाही ती सुखावत होती. तो स्पर्श तिला हवासा वाटत होता. ताठरलेले अंग सैल पडत होते. शेर अफगाणच्या छातीवर तिची मान केव्हा विसावली हेही तिला कळले नाही.

आपल्या बेगमेसह शेर अफगाण बरद्वानला पोहोचला. शेर अफगाणच्या आगळ्या स्वभावाने आकर्षित झालेली मेहरुन्निसा त्याच्या संपूर्ण आहारी केव्हा गेली हेही तिला समजले नाही. घोड्याच्या रपेटी, शिकारी, तिरंदाजी यांमध्ये दिवस जात होते. एके दिवशी सायंकाळी दोघे आपल्या महालाच्या सज्जावर बसले असता दिल्लीतून जासूद आल्याची वर्दी आली. आलेला खलिता मस्तकी लावून शेर अफगाणाने उघडला. अकबराने मेहरुन्निसेसाठी मिठाई पाठवली होती. दोघांचे कुशल चिंतिले होते. नुकत्याच केलेल्या वाघाच्या शिकारीचे वर्णन त्यात केले होते.

दोघे त्या खलित्यामुळे आनंदित झाले होते. मेहरुन्निसेने अचानक शेर अफगाणला विचारले,

"वाघाची शिकार केवढी अवघड असेल, नाही ?"

"त्यात अवघड काय ? जशा इतर शिकारी, तशीच ती एक."

मेहरुन्निसा काही बोलली नाही. तिला जवळ घेत शेर अफगाण म्हणाला,

"बेगमसाहेबांना वाघाच्या शिकारीची लहर आलीय वाटतं ?"

"मला जमेल ?"

"न जमायला काय झालं ? शाही खलित्यावर सत्वर उत्तर दिलं पाहिजे." म्हणत शेर अफगाण उठला आणि महालाबाहेर गेला.

त्यानंतर पंधरा दिवस लोटले असतील. एक दिवस शेर अफगाण म्हणाला,

"मेहरुन्निसे, उद्या आपण शिकारीला जायचं."

"कसल्या ?"

"वाघाच्या."

"खरंच ?"

"तूच तर म्हणाली होतीस. गेले पंधरा दिवस मी त्याच कामात होतो."

दुसऱ्या दिवशी सहा हत्ती व शंभर घोडेस्वार यांच्यासह शेर अफगाण बरद्वानच्या बाहेर पडला. दोन दिवसांच्या प्रवासानंतर ते शिकारीच्या जागी पोहोचले. सात-आठ फूट उंचीच्या गवताने पसरलेला तो विस्तीर्ण मुलूख पाहून मेहरुन्निसा चकित झाली. आपल्या डेऱ्यामध्ये विश्रांती घेत असता शेर अफगाण मेहरुन्निसेला म्हणाला,

"बेगम, बातमी चांगली आहे. गेले दोन दिवस लागोपाठ गाढव मारल्याची बातमी आहे अन वाघही चांगला तेज असावा असं म्हणतात !"

"गाढव ?" मेहरुन्निसा उद्गारली.

शेर अफगाण हसला. तो म्हणाला, "हां बेगम, ह्या गवतामध्ये वाघ असतात. त्यांना वजविण्यासाठी ठराविक जागी गाढव बांधलं जातं. वाघ शिकार करतो. मग दररोज याच ठिकाणी गाढव बांधलं जातं. वाघाला असली शिकार मिळत राहते. वाघ चांगला वजवला, त्यानं तीन-चार गाढवं मारली की मग, शिकार निश्चित ठरते."

"मग ?"

"मग काय ! ज्या दिवशी शिकार ठरली असेल त्याच्या आदल्या दिवशी, गाढवाला भरपूर अफू खाऊ घातली जाते. ते गाढव खाल्लं की, वाघ सुस्तावतो.

ती जागा सोडून तो फार लांब जात नाही. मग रान उठवलं जातं. संतप्त वाघ हत्तीवर चाल करून येतो. त्या वेळी गोळी घालायची. झाली शिकार !''

जसजसा शिकारीचा दिवस जवळ येत चालला, तशी मेहरुन्निसा अस्वस्थ होत होती. आदल्या रात्री अफू दिलेले गाढव मारल्याची वर्दी आली आणि शिकारतळावर धावपळ उडाली. हत्तीवर हौदे चढवले गेले. एका हौद्यात मेहरुन्निसा व शेर अफगाण बसले. हत्तीच्या सर्व बाजूंनी जाळीदार चिलखत सोडले गेले होते. इतर हत्तींवर मानकरी चढले होते. सूर्य क्षितिज सोडून वर चढत असता हत्ती शिकारीच्या रानात पोहोचले. रानाचा अंदाज घेऊन हत्ती ओळीने रानात शिरले. जादा सुरक्षिततेसाठी हत्तींच्या आजूबाजूंना जाळी घेऊन सेवक जात होते. गवत तुडवीत, तुताऱ्या फुंकीत, बेचैन मनाने हत्ती पुढे चालले होते. सारे रान हत्तींच्या ओरडण्याने आणि माणसांच्या आवाजाने उठू लागले. भयचकित नजरेने मेहरुन्निसा रान निरखीत होती. शेर अफगाणने तिच्या हाती बंदूक दिली. थोडा वेळ कोलाहल चालला असता, अचानक वाघाचे गुरगुरणे कानांवर आले. संतप्त झालेला वाघ अंगावर येणाऱ्या हत्तींना बगल देण्यासाठी धावत होता. पण गवतातून त्याला वेगाने धावता येत नव्हते.

शेर अफगाणचे लक्ष लवणाऱ्या गवतावर जाताच त्याने माहुताला इशारत दिली. शेर अफगाणचा हत्ती पुढे काढला गेला. लवणाऱ्या गवताच्या दिशेने तो झपाझप जात होता. पळण्याला फारसा वाव नाही हे पाहताच वाघ फिरला. शेर अफगाणने बेगमेला इशारत दिली, तोच त्या गवतातून गुरगुरत वाघ हत्तीवर झेपावला. विजेच्या लोळासारखे अंगावरून येणारे धूड पाहताच बेगमने बंदुकीचा घोडा ओढला. प्रचंड गर्जना करीत वाघ मागे कोलमडला. सारे रान हादरून गेले. जाळ्या घेतलेले सेवक जाळ्या टाकून मागे धावले. शेर अफगाणने आपली बंदूक बेगमकडे दिली. भयव्याकुळ झालेली बेगम म्हणाली,

''तुम्ही मारा.''

''बेगम, शिकार तुझी आहे. उचल बंदूक !''

बेगमेने बंदूक उचलली. शेर अफगाणने तलवार उपसली आणि माहुताला इशारत केली. बिथरलेल्या हत्तीला अंकुश लावला गेला. हत्तीने चाल केली. जखमी झालेला वाघ चवताळून उठला आणि त्याने झेप घेतली. हत्तीच्या चिलखतावर वाघाने पंजे टेकले असतील नसतील तोच सारे बळ एकवटून

मेहरुन्निसेने बंदुकीचा चाप ओढला. गोळी कडाडली आणि शेवटची ओरोळी ठोकून ते वाघाचे धूड कोसळले !

चकित नजरेने मेहरुन्निसा गवतात पडलेल्या त्या वाघाकडे पाहत होती. तिचा विश्वास बसत नव्हता. तिने मागे पाहिले. शेर अफगाण हसत होता. तो म्हणाला.

"मुबारक हो बेगम !"

शिकार झाल्याचे समजताच एकच जल्लोष उठला. आनंदातिशयाने मेहरुन्निसा म्हणाली,

"मी वाघ मारला ! आज मी वाघाची शिकार केली !"

"पहिला वाघ नव्हे बेगम !... दुसरा."

"दुसरा ?" बेगमेने आश्चर्याने विचारले.

"हां, दुसरा ! पहिल्या वाघाची शिकार यमुनेच्या काठी केली... आठवतं ?"

मेहरुन्निसा लाजली. कृत्रिम कोपाने म्हणाली,

"चला; काहीतरीच बोलायचं."

त्या शिकारीमुळे दोघांतले उरलेसुरले अंतर नाहीसे झाले. एकमेकांच्या सहवासात आनंदाने, बाहेरच्या जगाचे अस्तित्व विसरून दोघेही राहत होती. मेहरुन्निसेला मुलगी झाल्यावर तर, दोघांच्या आनंदाला सीमा राहिल्या नाहीत, त्या दोघांच्या लाडात मुलगी वाढत होती. ती वर्षाची असतानाच बापाच्या पुढ्यात बसून घोडदौडीला जाई.

दोनप्रहारी आपल्या महालात मेहरुन्निसा व शेर अफगाण बुद्धिबळे खेळत होते. वाळ्याच्या पडद्यांचा वास दरवळत होता. मेहरुन्निसेचा डाव आघाडीवर होता. प्यादी होण्याची भीती शेर अफगाणला वाटत होती. कोणता मोहरा करावा ह्याचा विचार तो करीत होता. जरतारी गिर्दीवर रेलून मेहरुन्निसा शेर अफगाणकडे पाहत होती. तिच्या चेहऱ्यावर हास्य विलसत होते. शेर खानाने आपला उंट चालवला आणि मेहरुन्निसाने टाळ्या पिटल्या. ती म्हणाली,

"हुजूर, आप हार गये ! जीत मेरी होगी... प्यादी !"

"प्यादी ?"

"हा, अभी दिखाती हूँ !" म्हणत मेहरुन्निसेने प्यादे उचलले. तोच सेवक धावत आला. शेरखानने रागाने त्याच्याकडे पाहिले. बुरखा घेऊन गडबडीने मेहरुन्निसा उभी राहिली. सेवक विनम्र होऊन म्हणाला,

"गुस्ताकी माफ हो हुजूर ! गहजब हो गया !"

“क्या हुआ ?” शेरखानाने विचारले.

“दिल्लीहून बातमी आली हुजूर !”

“काय ?”

“शहेनशहा अकबर ऽऽ...”

“बोल !” थरथरत शेरखान म्हणाला.

“पैगंबरवासी झाले हुजूर !” सेवकाने सांगून टाकले.

“या अल्ला !” म्हणत मेहेरच्या हातचे प्यादे गळून पडले. ती उभ्याउभ्याच मूर्च्छित होऊन खाली कोसळली. शेर अफगाणने कपाळावर हात मारून घेतला.

सायंकाळचे तिरपे किरण दालनात शिरले होते. त्यांकडे पाहून तो गरजला,

“सूर्य ढळला ! मग हा प्रकाश कसला ?”... आणि त्याचे नेत्र अश्रू ढाळू लागले.

अकबराच्या मृत्यूनंतर जहांगीर हे नाव धारण करून सलीम गादीवर आला. जहांगीरच्या नावाने राज्यामध्ये द्वाही फिरवली गेली. एके काळी शेर अफगाण सलीमच्या सैन्यात मानाच्या जागेवर होता. सलीम गादीवर आलेला समजताच शेर अफगाणाला आनंद झाला. नवीन बादशहाच्या दर्शनास जाण्याची तयारी तो करू लागला. बरद्वानच्या कारागिरांना त्याने सोन्याचांदीची कलाकुसरीची भांडी घडविण्याची आज्ञा दिली.

आणि एके दिवशी दिल्लीहून बादशहाचा सरदार कुतुबुद्दिन सैन्यासह बरद्वानला हजर झाला. शेर अफगाणने त्याचे स्वागत केले. नजराणे देऊन सत्कार केला. आदराने, तो पाहुणचारासाठी आपल्या महालात कुतुबुद्दीनला घेऊन आला. क्षेमकुशल बोलणी झाल्यावर कुतुबुद्दिन म्हणाला

“शेर अफगाण, बादशहांचा आपणांस खास निरोप आहे.”

“सांगा ना ! खाविंदांची आज्ञा शिसावंद्य आहे.” शेर अफगाण म्हणाला.

“सांगेन ! पण त्या आधी आपल्या सेवकांना आज्ञा द्यावी.”

शेर अफगाणने सेवकांना आज्ञा दिली. महालात दोघेच उरले. कुतुबुद्दिन विचारात गढला होता. स्वत:ला सावरीत तो म्हणाला,

“शेर अफगाण ! तुम्ही हे शांतपणे ऐकावं अशी माझी विनंती आहे. जहांपनाह जहांगीर बादशहांची अशी इच्छा आहे की, तुम्ही आपल्या बेगम मेहरुन्निसा यांच्याशी तलाक घ्यावा. खाविंदांची इच्छा आहे की, बेगमना

मलिका - ए - आलम बनवावं. आपण ही गोष्ट मान्य केलीत तर, बंगालची सुभेदारी मिळवून देण्याची जबाबदारी...''

"खामोष !'' संतापाने उठत शेर अफगाण म्हणाला. सर्रकन् त्याची तलवार म्यानाबाहेर आली. कुतुबद्दिनही ताडकन् उठला.

"शेर अफगाण, तलवार म्यान करा. मी आधीच तुम्हाला सांगितलं होतं. संतापाच्या आहारी जाऊन आज्ञेचा उपमर्द होईल तर, तुमच्यासकट बरद्वान बेचिराख केलं जाईल.''

संताप आवरीत शेर अफगाण म्हणाला, "तुम्ही आता जा. ह्या आज्ञेचं उत्तर मी उद्या देईन.''

कुतुबुद्दिन आपल्या छावणीवर निघून गेला. शेर अफगाण बेचैन होऊन उठला. सारा दिवसभर तो आपल्या महालात होता. मेहरुन्निसा महालात आली तेव्हा, शेर अफगाणकडे पाहून त्यावर तिचा विश्वास बसला नाही. ती धावत त्याच्याजवळ गेली.

"काय झालं ? बरं नाही का ?''

दीर्घ उसासा सोडून शेर अफगाण तिला जवळ बसवीत म्हणाला,

"बेगम, बैस. मला तुझ्याबरोबर बोलायचंय !''

मेहरुन्निसा बसली. शेर अफगाण सांगू लागला,

"जहांगीरनं कुतुबुद्दिनला का पाठवलं आहे समजलं ?''

"का ?''

"त्याला तू हवी आहेस. तुझ्याशी मी तलाक घ्यावा अन् तुला दिल्लीला पाठवावं...''

मेहेरने गडबडीने त्याच्या तोंडावर आपले बोट ठेवले. संतापाने थरथरत ती म्हणाली, "पुरे ! मला ऐकवत नाही.'' एवढे बोलून ती हुंदके देऊ लागली. तिला कवटाळून बराच वेळ शेर अफगाण बसला होता. ती जरा शांत झाल्यावर शेर अफगाण म्हणाला,

"बेगम, जेव्हा कुतुबुद्दिन हे बोलला तेव्हाच मी त्याची जबान छाटून टाकली असती ! पण... ?''

"पण काय ?''

"मला वाटलं, त्याआधी तुझा विचार घ्यावा. बेगम, जहांगीरनं तुला घातलेली मागणी म्हणजे काय हे तुझ्या ध्यानी आलं नाही. तू भारताची मालिका - ए - आलम बनशील. सम्राज्ञी बनशील....''

मेहरुन्निसेचा आपल्या कानांवर विश्वास बसत नव्हता. स्वत:ला सावरीत ती शांतपणे म्हणाली,

"मी इथंही मालिका-ए-आलमच आहे."

"सारी सत्ता तुझ्या हाती येईल."

"इथंही माझ्या हाती सत्ता आहे."

"बेगम...."

आपले अश्रू पुसून मेहरुन्निसा म्हणाली, "एक विचारू ?"

"हां, विचार ना !"

"माझा कंटाळा तर आला नाही ?"

आवेगाने शेर अफगाणने तिला जवळ घेतले. तो निश्चयाने उभा राहिला. म्हणाला,

"बेगम, तू काळजी करू नकोस. कुतुबुद्दिनला जे सांगायचं ते मी सांगेन."

"पण नतीजा काय होणार ?"

"काय होतो ? शेर अफगाणची तलवार दिल्लीच्या तख्ताशी टक्कर द्यायला समर्थ आहे. बंगालात माझं राज्य आहे. दिल्ली फार दूर आहे. तू काळजी करू नकोस."

दुसऱ्या दिवशी कुतुबुद्दिन आला. तो महालात येताच त्याने विचारले,

"शहेन्‌शहांना काय निरोप कळवू ?"

"निरोप ? आहे तर ! शहेन्‌शहांना सांगा की, बेगम देऊन बंगालचं राज्य करण्यापेक्षा दिल्ली - तख्ताशी दोन हात करणं मला परवडतं."

"शेर अफगाण !" कुतुबुद्दिन किंचाळला.

"आवाज वाढवू नकोस कुतुबुद्दिन ! बंगालची सुभेदारी घेऊनच तू दिल्ली सोडलीस हे मला माहीत आहे. पण एक शंका आहे..."

"कसली ?"

"तुमची बेगम तुमच्याबरोबर आलीय ना ? का दिल्लीतच सोडून आलात ?"

कुतुबुद्दिनने आपली तलवार खसकन् उपसली. शांतपणे कुतुबुद्दिनकडे पाहत शेर अफगाण म्हणाला,

"कुतुबुद्दिन, तलवार म्यान कर. या शेर अफगाणवर वार करण्याचं धारिष्ट्य तिच्या ठायी नाही. माझ्या घरात तू पाहुणा आहेस. तुझा आणखी अपमान होण्याआधी येथून तू जावंस हे ठीक."

संतापाने लालेलाल झालेला कुतुबुद्दिन महालाच्या बाहेर पडला. आणि

शेरखान आवेशाने पुढच्या तयारीला लागला. दिल्लीच्या आक्रमणाला तोंड देण्यासाठी आपल्या मानकऱ्यांशी त्याने बोलणी केली. त्या रात्री बरद्वानच्या चारी वाटांनी खलिते घेऊन जासूद रवाना झाले. बाहेर छावणी टाकून पडलेल्या कुतुबुद्दिनला बरद्वानची हालचाल समजली. बंगालची सुभेदारी हाती येताच बंड झाले तर, जहांगीर आपली गय करणार नाही हे त्याला पुरे माहीत होते. शेर अफगाणचे बळ वाढण्याच्या आतच कारवाई करणे आवश्यक होते. त्याने मनाशी निर्णय घेतला आणि रात्रीच्या वेळी निवडक हत्यारी माणसे घेऊन तो शेर अफगाणच्या महालात शिरला. महालात एकच गोंधळ उडाला.

शेर अफगाण पलंगावर झोपला होता. छताचे झुंबर मंदावत होते. मध्यरात्र उलटली होती. तोच महालाचे दरवाजे खाडकन् उघडले गेले. शेर अफगाणने डोळे उघडले. तो सावरून उठायच्या आतच त्याच्याभोवती माणसांचा गराडा पडला. उंचावलेल्या तलवारींचे क्षणदर्शन झाले.

महालात एकच आकान्त उडाला. बरद्वानमध्ये घुसलेले कुतुबुद्दिनचे सैन्य बरद्वानचा ताबा घेत होते. सूर्योदयाला बरद्वानात शांतता नांदत होती. महालातल्या हुंदक्यांचा आवाज सोडला तर, बरद्वानमध्ये काही घडले ह्यावर कुणाचा विश्वास बसत नव्हता. शेर अफगाणच्या महालाभोवती पहारे जारी केले होते.

एके दिवशी सैन्याच्या कडक पहाऱ्यात मेहरुन्निसा व तिची मुलगी लादिली बेगम यांना महालाबाहेर काढले गेले. उलटणाऱ्या दिवसाबरोबर मेहरुन्निसेचा जीव घाबरा होत होता. दिल्लीत आपल्या नशिबी काय लिहिले आहे याची तिला चिंता वाटत होती.

जहांगीरच्या खास महालात मेहरुन्निसा अधोवदन उभी होती. त्या संगमरवरी महालाच्या छतावरच्या वेलपत्तीमध्ये सोन्याचे नक्षीकाम केलेले होते. खांबांवरच्या वेलपत्तीत माणके, पाचू जडवले होते. अत्तरांचा आणि धूपाचा वास साऱ्या महालात दरवळत होता. पायाखाली अंथरलेल्या रुजाम्याच्या गालिचामुळे त्या महालात वावरणाऱ्या दासींची हालचाल जाणवत नव्हती. जरीकलाबुतीच्या आवरणाने बैठक सजवली होती. पण मेहरुन्निसेचे लक्ष तिकडे नव्हते. ते वैभव तिला दिपवत नव्हते. मनस्तापाने त्रस्त झालेली मेहरुन्निसा महालाच्या मध्यभागी उभी होती. वर नजर करण्याचे त्राण तिच्या ठायी राहिलेले नव्हते.

त्याच वेळी दासींची कुजबूज झाली. मेहरुन्निसेला तिच्या जवळच्या दासीने मान झुकवलेली दिसली. दासींचे उजवे पंजे कपाळी लागलेले दिसत होते.

आदबीने मागे सरकत, पाठ न दाखवता त्या महालाबाहेर गेल्या. नजिक येणाऱ्या पावलांचा आवाज मेहरुन्निसा धडधडत्या अंतकरणाने ऐकत होती. तिच्या नजरेत जरी मोजडीतील गोरी पावले आली. तिची नजर त्या मोजडीवर स्थिरावली. तोच तिच्या कानांवर हाक आली,

"मेहेर ऽऽ..."

क्षणात काळाची पावले एकामागोमाग उघडली गेली. क्षणभर तिला अंगूरबागेचे दर्शन झाले. तिचे सारे अंग रोमांचित झाले. एक वेळ अशी होती की, मेहरुन्निसा त्या हाकेने मोहरून जायची...

क्षणात ती भानावर आली. संतापाने तिचे मन फुलून उठले. तिने मान वर केली. समोर शहेनशहा जहांगीर उभा होता. मानेवर रुळणारे काळेभोर केस, तेच बदामी घारे डोळे, तेच धारदार नाक, नाजूक गुलाबी ओठ... हाच तो सलीम. मग काय बदल झाला होता ?

"मेहेर !" जहांगीरने परत हाक मारली.

मेहरुन्निसा एकदम भानावर आली. नतमस्तक होऊन तिने उजवा हात कपाळी लावला.

"मेहेर, तू आलीस !" जहांगीर पुढं पाऊल टाकीत म्हणाला.

एक पाऊल मागे टाकीत मेहरुन्निसेने मान वर केली. ओढणीच्या झिरझिरत वस्त्रातूनही तिच्या डोळ्यांतला त्वेष प्रकट होत होता. जहांगीरच्या नजरेला नजर देत ती म्हणाली,

"नाही जहांपनाह, मी आले नाही... आणले गेले !"

"म्हणून वाईट वाटतं ?" जहांगीरने विचारले.

मेहरुन्निसेने त्वेषाने मान वर केली. त्याच्या नजरेला नजर देत ती म्हणाली,

"कदाचित् इतरांना हा सन्मान वाटत असेल; मला असं वाटत नाही. जहांपनाह, आपल्या एका इशारतीबरोबर हिंदुस्थानचं सौंदर्य आपल्या पायांवर लोळण घेईल अशी आपली सत्ता... !"

"मतलब ?" जहांगीरच्या कपाळी आठ्या पडल्या.

"गरीब दासीवर हा जुलूम का ? माझीच का आठवण झाली ?"

थक्क होऊन जहांगीर ते ऐकत होता. त्याचा आपल्या कानांवर विश्वास बसत नव्हता. त्याला वाटले होते की, आपला पाहताच मेहेर आपल्याला बिलगेल. पुन्हा पूर्वीच्या आठवणी उजळल्या जातील...

"तुझी आठवण का झाली ! -" निःश्वास सोडून जहांगीर म्हणाला,

"तेही सांगायला हवं ? मेहेर, आठवतं ? दक्षिणेत जाताना एका मुलीनं माझ्या हाती कशिद्यावर गुंफलेलं एक सुरेख गुलाबफूल दिलं होतं... ते जपायला सांगितलं होतं !"

"ते फूल केव्हाच कोमेजलं हुजूर !... जाते मी." एवढे बोलून मेहरुन्निसेने दोन पावले टाकली असतील-नसतील तोच, मागून हाक आली,

"थांब. जाऊ नकोस."

त्या आवाजात जरब होती. मेहरुन्निसा गरकन् वळली. जहांगीरच्या डोळ्याला डोळा देत तिने विचारले,

"जहांपनाह, ही आज्ञा आहे ?"

खिन्नपणे हसत जहांगीर म्हणाला, "तुझा आग्रह असेल तर, तसं समज !"

त्या अनपेक्षित उत्तराने मेहरुन्निसा जागच्या जागी थिजून राहिली. जहांगीर तिच्या जवळ गेला. हळुवार हाताने त्याने तिच्या चेहऱ्यावरची ओढणी मस्तकावर टाकली. जहांगीर ते अनावृत्त सौंदर्य भारावून निरखीत होता. दहा वर्षांपूर्वी पाहिलेल्या कळीचे रूपांतर विकसित झालेल्या फुलात झाले होते. ते सौंदर्य पाहून जहांगीरचे भान हरपले. त्याने तो चेहरा हाती घेतला. मेहरुन्निसेचे सर्वांग कंप पावत होते. आवेगाने जहांगीरने तिच्या ओठावर ओठ ठेवले. ते ओठ तिच्या गालाला, कपाळाला, तिच्या डोळ्यांना स्पर्श करीत होते. त्यांचा दाह तिला जाणवत होता. भावनाविवश होऊन तो म्हणाला,

"मेहेर, डोळे उघड ना !"

मेहरुन्निसेने आपले नेत्र उघडले... अतीव संतापाने, तिरस्काराने भरलेली ती नजर अश्रूंनी डबडबली होती. क्षणात तिच्या गालांवरून अश्रू ओघळले. जहांगीर ते पाहून चकित झाला. तिच्या गालांवरचे त्याचे हात सुटले. सुन्न होऊन तो व्याकुळ झालेल्या मेहरुन्निसेला निरखीत होता. मागे सरत तो म्हणाला,

"मेहेर, पूस ते अश्रू ! ते पाहण्याची ताकद माझ्या ठायी नाही."

जहांगीरने पाठ फिरवली. त्याच्या पाठीमागे आलेले त्याचे हात एकमेकांत गुंतले होते. बोटे दाट मिठीत वळवळत होती. शहेनशहा जहांगीरचे शब्द मेहरुन्निसेच्या कानांवर पडत होते.

"मेहेर, जेव्हा अब्बाजानच्या मृत्यूची बातमी मी ऐकली, तेव्हा मला दु:खापेक्षाही तुझी आठवण तीव्रतेने झाली. मनाच्या खोल कप्प्यात दडवून ठेवलेलं ते स्वप्न साकार झालं असं मला वाटलं. मिळालेल्या सलतनतीचा

तेवढाच फायदा मला झाला; पण ती माझी समजूत चुकीची ठरली ! हा माझ्या वेडेपणाचा दोष आहे हे मला जाणवतं. जवळ घेतलेली स्त्री ही तू नाहीस, हे जेव्हा ध्यानी येतं, तेव्हा केवढ्या यातना भोगाव्या लागतात हे तुला समजायचं नाही. तुझ्याशिवाय मी कुणावर प्रेम केलं नाही. पण माझी तुझ्यावर सक्ती नाही. आज हिंदोस्तानचं साम्राज्य हाती असूनही मी पराजित आहे ! जा तू मेहेर ! वाट पाहणं एवढंच माझ्या हाती राहिलं आहे. त्याची मला सवय आहे.''

जहांगीरची मान झुकली होती. त्याचे पाठीवरचे हात थरथरत होते. क्षणभर पाठमोऱ्या जहांगीरला निरखून मेहरुन्निसा वळली आणि महालाबाहेर आली. पुन्हा मागे वळून पाहण्याचे धार्ष्ट्य तिच्या ठायी राहिले नव्हते.

त्या दिवसापासून जहांगीरने मेहरुन्निसा व तिच्या मुलीला आपल्या आईच्या - सलीमा बेगमच्या - महाली ठेवले. जहांगीर मद्यपानात वेळ घालवू लागला. दिवसेंदिवस त्याचे व्यसन वाढत होते. तो लहरी बनत होता. मनाने हळवा असलेला जहांगीर नकळत संतापी बनत होता. दिवस जात होते. मेहरुन्निसा जहांगीरच्या महालीच होती. दरबार वेळेवर भरेनासे झाले होते. दारू आणि अफू यांच्या संपूर्ण आहारी गेलेला जहांगीर कधीकाळी दरबारात येई, तेव्हा तो पुरा अस्वस्थ असे. आगळीक झालेल्यांना देहदंडाची शिक्षा फर्माविली जाई. कुणाचा शिरच्छेद होई, तर कुणी हत्तीच्या पायांखाली जाई. जहांगीरच्या व्यसनापेक्षा त्याच्या दरबारची दहशत सर्वांच्या मनात ठसली होती. मेहरुन्निसेचा बाप गियासबेग दरबारीच होता. तो हे सारे पाहत होता. तेवढा एकच इसम असा होता, की ज्याला बादशहाचे शल्य माहीत होते.

सायंकाळच्या वेळी सलीमा बेगमेच्या महाली मेहरुन्निसा बसली होती. सखी कशिदा काढीत होत्या. थट्टा-विनोद चालला होता. त्या वेळी एक दासी तेथे आली आणि तिने मेहरुन्निसेला भेटायला आलेल्या गियासबेगची वर्दी दिली. पित्याच्या भेटीसाठी मेहरुन्निसा महालाबाहेर धावली. कारंजा चौकात कारंजी उडत होती. तिथल्या आसनावर वयोवृद्ध गियासबेग बसला होता, मेहरुन्निसा धावली. 'अब्बा' म्हणत, ती गियासबेगच्या गळ्यात पडली. तिला थोपटीत गियासबेग म्हणाला,

''सलामत रहो बेटी ! ठीक आहेस ना ?''

मेहरुन्निसेने होकारार्थी मान हलवली. गियासबेगचा चिंताक्रान्त चेहरा पाहून

मेहरुन्निसा काळजीत पडली. बेचैन होऊन तिने विचारले,

"काय झालं अब्बाजान ? कसली चिंता करता ?"

गियासबेगने आपली नजर मेहरुन्निसेकडे वळवली. तो म्हणाला,

"बेटी, चिंता कसली ! काळ्याचे पांढरे झाले. माझी काळजी वाटत नाही मला. जिथं सारी सल्तनत काळजीत पडली, तिथं माझी कसली काळजी !"

"कुणाची सल्तनत ?" मेहरुन्निसेने दचकून विचारले.

"आपली ! तुझी... माझी... साऱ्यांची ! बेटी, ज्या घरात अन्न खातो त्याशी इमान हवं ! ज्या राज्यात राहतो, त्याशी इमान हवं ! ज्या देशात राहतो, त्याशी इमान हवं ! ज्या देशात राहतो त्या देशाशी इमान नसेल तर, त्या माणसाला कसली किंमत ?"

मेहरुन्निसेला काही समजत नव्हते. म्हाताऱ्या गियासबेगची मान थरथरत होती. डोळे पाणावले होते. त्यांची व्यथित नजर पाहून मेहरुन्निसेला काही समजेना. ती म्हणाली,

"मला समजलं नाही."

गियासबेगने तिच्यावर नजर रोखली. त्याचा आवाज किंचित कठोर बनला. हुंकार देऊन तो म्हणाला,

"तिशीची उमर ओलांडली तरी कळत नाही ? साधी चोरीची तक्रार आली तरी हातपाय तोडले जातात, माणसांना जिवंत सोललं जातं. चौकाचौकावर माणसं टांगलेली दिसतात. बंडाच्या नुसत्या संशयाने शेकडो माणसांची हत्या होते. हे सारं न्यायाच्या नावाखाली ! गुन्ह्याला शिक्षा हवी, पण माणसांच्या गुन्ह्याला माणसांचेच कायदे हवेत. सारी प्रजा त्रस्त झाली आहे. कुणाचं घर, कुणाचं जीवित सुरक्षित राहिलं नाही. असावं तरी कसं ? बेहोषीचा कारभार ! दोष कुणाला द्यायचा ?"

"पण हे मला का सांगता ?" मेहरुन्निसेने विचारले.

"तुला सांगू नको, तर कुणाला सांगू ?" गियासबेग समोरच्या कारंजाकडे बोट दाखवीत म्हणाला, "ते कारंजं पाहिलंस ? कुठंतरी उंचावर पाण्याचा साठा आहे म्हणून ते कारंजं उडतं. तो साठाच उद्या आटला तर, ह्या कारंजाला काय किंमत ? जहांपन्हांना आता होषवर आणणारी फक्त एक तूच आहेस."

"अब्बाजान !" मेहरुन्निसा भयभीत होऊन म्हणाली.

"माझी सक्ती नाही बेटी ! तो माझा अधिकारही नाही. ज्यानं तू जन्मल्याबरोबर तुला रानात टाकलं तो तुझ्यावर कशी सत्ता गाजवील ? पण बेटी, एका

माणसाची तरी आठवण विसरू नकोस.''

''कुणाची ?''

''अकबर नावाचा एक माणूस होता. त्याचं ह्या राज्यावर फार प्रेम होतं. ज्यानं मोगल सल्तनत समुद्रापर्यंत नेऊन भिडवली, त्यानं एका मुलीला वाढवलं. तिच्यावर मुलीसारखं प्रेम केलं...''

''अब्बाजान !'' मेहरुन्निसा कळवळली.

''त्या माणसानं अहोरात्र खपून उभं केलेलं साम्राज्य आज तबा व्हायची वेळ आली आहे अन् तेही एका मामुली, स्वार्थी, स्वतःच्या मिजाशीत मग्न असलेल्या बाईसाठी.''

''काय करू मी अब्बाजान ?''

''ते मी कोण सांगणार ! लाखोंचे जीव तबा होत असता स्वतःचा विचार करू नकोस पोरी ! सारेच चुकतात. पण जगात असा एकही गुन्हा नाही की, जो अल्लाच्या दरबारात क्षम्य होत नाही. तुम्हा माणसांचे कसले दरबार मांडलेत तुम्ही ?... जातो मी. एवढंच सांगायला आलो होतो !''

काही न बोलता गियासबेग उठला. काठीच्या आधाराने जाऊ लागला. वार्धक्याने थकलेल्या, काठीच्या आधाराने जाणाऱ्या आपल्या बापाच्या पाठमोऱ्या आकृतीकडे मेहरुन्निसा सुन्न होऊन पाहात होती. तिच्या आयुष्यात तिला काहीच का अर्थ नव्हता ? तिच्या भावनांची कदर कधीच का होणार नव्हती ? निर्वासिताच्या पोटी जन्माला आलेली मेहरुन्निसा अखेपर्यंत निर्वासितच राहिली... हे कुणालाच समजणार नव्हते का ? ती जन्माला आली आणि तिच्या बापाने तिला रस्त्यावर टाकले. एका अनोळखी व्यापाऱ्याने तिला परत रस्त्यावरून उचलले आणि परत बापाच्या हाती दिले. त्याच्या हातून अकबराने तिला घेतले. सलीमचा ओढा तिला लागला आणि सलीम तिला सोडून गेला. शेर अफगाणने तिला मागितले आणि शहेनशहा अकबराने तिला देऊन टाकले ! शेरच्या सहवासात ती समाधान हुडकत होती तोच, शेर अफगाण तिच्यापासून हिरावून घेतला गेला. उरलेला एकुलता एक आधार... पिता... तो आज तिला स्वार्थी म्हणत होता ! स्वार्थ ? कुणाचा ? कुणी साधला ? कुणासाठी.. मेहरुन्निसेला तो विचार असह्य झाला. संगमरवरी आसनावर बसत ती अश्रू ढाळू लागली.

गाण्याच्या लकेरीने मेहरुन्निसा भानावर आली. अंधार पडला होता. हुजूर-महालात दिवे प्रकाशले होते. तेथून गाण्याचा आवाज येत होता. नूपुरांचा आवाज साथ देत होता. मेहरुन्निसेने डोळे टिपले आणि ती सलीमच्या महालाकडे

चालू लागली. त्या रात्री तिला झोप आली नाही. पहाटेपर्यंत कानावर पडणारे गाण्याचे अस्पष्ट सूर ती बेचैन मनाने ऐकत होती.

दुसऱ्या दिवशी सायंकाळी मेहरुन्निसा बागेत फिरत असता तिची नजर समोरच्या हुजूरमहालाकडे गेली. तो महाल शांत होता. कसलीही जाग तेथे जाणवत नव्हती. तिला अकबराच्या वेळचा तोच महाल आठवला. तेथे त्या वेळी केवढी गडबड, धावपळ चालायची. तोच महाल कसा चुपचाप उभा होता-येणाऱ्या बेचैन रात्रीची वाट पाहात.

हवामहालात जहांगीर बसला होता. तेथून यमुनेचे पात्र दिसत होते. सायंकाळच्या सोनेरी किरणांत तळपणारे यमुनेचे पात्र शहेनशहा बघत होता. दासी वारा ढाळीत होत्या. अस्ताचलाला जाणाऱ्या सूर्याचे भान त्याला नव्हते. गिर्दीवर रेलून तो अंधाराचे आक्रमण बघत होता. यमुनेचे पात्र धूसर दिसू लागले. कुठल्या तरी मशिदीतून उठणारे आवाज कानावर आले. महालातल्या शामदान्या, झुंबरे पेटवली जात होती. आतून उजळलेल्या कमानींखेरीज काही दिसत नव्हते. अंधाराचे पुरे राज्य पृथ्वीवर प्रस्थापित झाले होते. नकळत जहांगीरच्या तोंडून निःश्वास बाहेर पडला. आपल्या उजव्या हाताच्या मुठीवर हनुवटी टेकून जहांगीर विचार करीत होता. समोरच्या मंचकावर ठेवलेले अखंड माणकांचे पेले, रत्नजडित सुरई... सारे तो विसरला होता. त्याच वेळी त्याच्या कानावर नूपुरांचा आवाज आला. ती पावले सरळ त्याच्या समोर आली.

"कौन ?" म्हणत जहांगीरने मान वळवली. महालातील प्रज्वलित झुंबर-शामदानांच्या प्रकाशात मेहरुन्निसा उभी होती ! बुरखा मागे टाकला होता. तिच्या नेत्रांत खेळकरपणा होता. मुडपलेल्या ओठांत हसू होते. आपल्या गहिऱ्या नेत्रांनी ती जहांगीरकडे पाहात होती. आपली धुंदावलेली नजर तिच्यावर स्थिर करीत जहांगीर म्हणाला,

"कौन ! मेहेर ?... ह्या स्वप्नाचा आता कंटाळा आला !"

जहांगीरने आपली नजर वळविली. गडबडीने त्याने सुरई उचलली. पेल्यात ते गुलाबी मद्य ओतले. सुरई ठेवून जहांगीरने तो पेला उचलला आणि त्याच वेळी परत नूपुरांचा आवाज झाला. त्याच्या उचललेल्या हातावर नाजूक बोटे अवतरली. आश्चर्यचकित होऊन जहांगीर ती लांबसडक गुलाबी बोटे, त्या हातावरचे पल्ले पाहात होता. त्याच वेळी त्याच्या कानावर हाक आली.

"सलीम ऽऽ"

शेकडो वाद्यांच्या झंकाराने अंगावर रोमांच यावे, तसे रोमांच जहांगीरच्या अंगावर उठले. आपण थोडे जरी हललो, चळलो, तरी ऐकलेली हाक, दिसलेले सौंदर्य भंग पावेल की काय या भीतीने तो तसाच बसून राहिला. मान वर करून पाहण्याची ताकद त्याच्या ठायी राहिली नव्हती. पुन्हा त्याच्या कानांवर तीच हाक आली-

"सलीम !"

सलीम उभा राहिला. त्याचे सारे अंग रोमांचित झाले. "मेहेर ऽऽ" म्हणत त्याने मेहरुन्निसेला मिठीत घेतले. आनंदाने बेभान झालेल्या जहांगीरला तिच्या डोळ्यांतले अश्रू दिसले नाहीत.

एका चांगल्या मुहूर्तावर मेहेरचा जहांगीरशी विवाह झाला. 'स्त्रियांमध्ये सूर्य' असे जिचे नाव, ती नूरजहान - जगाचा प्रकाश - बनली. मलिका-ए-आलम् नूरजहानची द्वाही साऱ्या राज्यात फिरली गेली ! सम्राज्ञी नूरजहानच्या सहवासात बादशहाचे दिवस सुखात जाऊ लागले. गियासबेगचा समावेश प्रधानमंडळात झाला.

दोनप्रहरच्या वेळी नूरजहान आणि जहांगीर सतरंज खेळत होते. खेळ रंगात आला होता. त्याच वेळी गियासबेग आत आला. दोघांना मुजरा करून तो म्हणाला,

"जहांपनाह न्यायसभा आपली वाट पाहत आहे."

"हम तो भूलही गये !" जहांगीर म्हणाला, "फिरभी आज हम नही आयेंगे ! जे काय असेल ते निभावून न्या."

"जी जहांपनाह !" गियासबेगने नूरजहानकडे पाहिले आणि तो माघारी गेला.

"खेळ ना !" जहांगीर म्हणाला.

"कंटाळा आला."

"मग ?"

"मला न्यायसभा बघायची होती."

"मग मघाशीच का नाही सांगितलंस ? चल, बघ आज आमच्या न्यायची पद्धत."

शहेन्शहाची स्वारी जातीनिशी येत असल्याची वर्दी गेली. शाही अल्काबाचे पुकार दालनांतून घुमू लागले. न्यायासनाच्या रत्नजडित मेघडंबरीखाली जहांगीर

स्थानापन्न झाला. त्याच्यामागे नूरजहान येऊन बसली. खालच्या दालनात उभ्या असलेल्या सरदारांचे मुजरे स्वीकारून कामकाजाला सुरुवात झाली. प्रधान त्रिवार मुजरा करून न्यायासनाखाली उभा राहिला. अदबीने तो सांगत होता-

"जहांपनाह, हुजुरातीतल्या खास पागेतला मोतद्दार आज चोरीच्या आरोपाखाली हजर होतो आहे. बाब मामुली असली तरी, खाविंदांच्या पागेबाबत असल्यानं जहांपन्हांच्या समोर हजर केली..."

प्रधानाने टाळी वाजवली. जेरबंद केलेला मोतद्दार न्यायासनापुढे आणला गेला. दरबारात येताच त्याने गुडघे टेकले आणि रडत तो म्हणाला,

"जहांपनाह ! मै बे-कसूर हूँ !"

जहांगीरचा संताप वाढला. त्याने विचारले,

"तू चोरी केली नाहीस ?"

"केली हुजूर ! पण.."

"खामोष ! चोरीला शिक्षा काय मिळते हे माहीत नाही ? मंत्री..."

त्याच वेळी जहांगीरच्या खांद्याला नूरजहानच्या हाताचा स्पर्श जाणवला. त्याने मागे पाहिले. नूरजहान दबलेल्या आवाजात म्हणाली,

"मुजरीमला शिक्षा होईल. पण त्याला बोलू द्यावं. चोरी सारेच करतात; पण कशासाठी करतात याला महत्त्व आहे."

बादशहाच्या आज्ञेने मोतद्दार सांगू लागला, "जहांपनाह ! मोती एवढासा असल्यापासून मी त्याला वाढवलं."

"मोती कौन ?"

"माझ्या घोड्याचं नाव मोती आहे हुजूर ! एवढं उमदं जनावर आख्ख्या तबेल्यात नाही. सरकारातून मिळणाऱ्या चंदीवर त्याचं अंग धरत नाही. मला ते बघवेना म्हणून..."

"बोल." हसून जहांगीर म्हणाला.

"... म्हणून मी शाही कोठीतून चंदीची चोरी करीत होतो. कसूर माफ व्हावी."

"जहांगीरच्या राज्यात गुन्ह्याला माफी नाही." जहांगीर नूरजहानकडे वळून म्हणाला, "आपलं मत काय आहे ?"

"मला विचारलंत तर, त्या मोतद्दाराचं घोडं दरबारी हजर करावं."

"का ?"

"ते नंतर सांगेन."

हुकूम सुटले आणि ते घोडे बाहेरच्या चौकात हजर केले गेले. ते पांढरे शुभ्र उमदे जनावर पाहताच नूरजहान म्हणाली,

"जहांपनाह ! ते घोडे मोकळे सोडण्याची आज्ञा व्हावी."

घोडे मोकळे सोडले गेले. त्या उमद्या जनावराने एकवार भोवताली गोळा झालेल्या लोकांवर नजर टाकली आणि जेथे शृंखलाबद्द मोतद्दार होता, तेथे ते धीम्या पावली गेले आणि त्याचे तोंड चाटू लागले.

परत न्याय-सभा सुरू झाली. जहांगीरने अस्वस्थ होऊन विचारले,

"मग द्यायची सजा ?"

"जहांपनाह ! सजा जरूर द्या. पण ती मोतद्दाराला नव्हे-पागेच्या अधिकाऱ्यांना !"

"का ?"

"जनावरावर नजर टाकताच, त्याची निगा केवढी चांगली केली जाते हे सहज दिसतं. मोतद्दाराचं जनावरावरचं प्रेमही पाहिलंत. ज्याचं जनावरावर एवढं प्रेम आहे, त्याला त्या जनावराची उपासमार कशी बघवेल ? घोड्याची निगा उत्तम राखणं हेच त्याचं कर्तव्य. ते तो बजावीत होता..."

"चोरी करून ?"

"मग काय करणाार ? दोष द्यायचाच म्हटला तर, तो शाही जनावरांना अपुरी चंदी देणाऱ्या पागाधिकाऱ्यांचा आहे- मोतद्दाराचा नव्हे. शिक्षेला पात्र ते आहेत; हा मोतद्दार नव्हे."

"बहोत खूब बेगम !" जहांगीर उद्‌गारला. "प्रधानजी, मोतद्दाराला सोडून द्या. त्याला इनाम द्या. अन् पागेच्या चंदीची काय व्यवस्था आहे ह्याची चौकशी करा."

त्या निर्णयाने सारा दरबार स्तंभित झाला. दरबारहून परत येत असता जहांगीर नूरजहानला म्हणाला,

"आज आम्ही एका जबाबदारीतून मोकळे झालो."

"कसल्या ?"

"उद्यापासून न्यायासनाची जबाबदारी माझ्या एकट्याची नाही. आपणा दोघांची आहे. मी हजर नसेन तेव्हा ती जबाबदारी तुझी आहे. आजपासून न्यायासन तुझं आहे."

"खरं ?"

"हो ! का ?"

"माझी एक शिकायत आहे.''

"कसली ?''

"खुद्द जहांपनाहच आज गुन्हेगार आहेत !''

"मी ?''

"हो ! वचन मोडणं हा गुन्हाच आहे ना ?''

"बेशक !''

"मग डाव पुरा झाल्याखेरीज न उठण्याचं वचन दिलं होतंत ना ?''

जहांगीर हसला म्हणाला, "गुन्हा एकदम मंजूर. जी शिक्षा मिळेल ती आनंदाने भोगू !''

"आज रात्री माझ्या महाली सतरंज खेळावं लागेल.''

"एकदम मंजूर ! असली शिक्षा कोण नाकारील ?''

नूरजहानच्या महालात सतरंज मांडला गेला. भोजन आटोपून दोघे खेळावयास बसले. त्याच वेळी जहांगीरच्या खास नोकराने सुरई व मद्याचे पेले आणले. तो जाताच, अधीरतेने जहांगीरने पेल्यात मदिरा ओतली. नूरजहान म्हणाली,

"जहांपनाह ! मी असतानादेखील मदिरा लागतेच ?''

जहांगीरने चमकून नूरजहानकडे पाहिले. एकवार पेल्याकडे नजर टाकत तो म्हणाला,

"नूर ! ही इमानदारी आहे ! जेव्हा तू नव्हतीस तेव्हा, हिच्या सहवासात मी तुला पाहात होतो... तुझी संगत उपभोगत होतो. ही नसती तर, कदाचित जहांगीर टिकलाही नसता. आजही हिचीच फार गरज आहे. खरंच, तू माझी आहेस का नूर ?''

क्षणात नूरजहानचे डोळे पाणावले. जहांगीरने आवेगाने तिला जवळ घेतले. तिचे अश्रू टिपीत तो म्हणाला, "नूर, तू मला फसवू नकोस. तुझं दुःख काय आहे हे जाणून घ्यायची माझी इच्छा नाही. तू माझ्या शेजारी आहेस एवढंच समाधान मला पुष्कळ आहे. अखेरपर्यंत तेवढं टिकलं तरी माझी तक्रार राहणार नाही. मी तुझा आहे, पण तू माझी आहेस की नाही ते मला माहीत नाही. जाणून घ्यायचा आग्रह नाही. पूस ते डोळे. सतरंज आपली वाट पाहात आहे. पाहू... पटावर तरी माझी जीत आहे का !''

नुसते न्यायासनच नूरजहानकडे देऊन जहांगीर स्वस्थ बसला नाही; त्याने सारा राज्यकारभार नूरजहानच्या हाती सोपविला. आपल्यावर आलेली जबाबदारी

पार पाडण्यासाठी, आपले वडील गियासबेग यांच्या सल्ल्याने ती प्रयत्न करीत होती. प्रजेला न्याय मिळण्यात उशीर होऊ नये म्हणून तिने जहांगीरकडून राजवाड्यात सुवर्णशृंखलाबद्ध घाट टांगली होती. ज्याला न्याय हवा, तो केव्हाही ती घंटा वाजवू शकत होता. त्याला काळवेळाचे बंधन नव्हते. न्यायदान आणि राज्यकारभारात गुंतलेल्या नूरजहानला स्वत:कडे पाहण्याची सवड राहिली नव्हती.

उन्हाळा आला आणि शाही मुक्काम मांडवगडावर हलला. नूरजहानची शिकारीची हौस पुरवण्याच्या हेतूने शिकारीचे बेत आखले गेले. एके दिवशी, एकेठिकाणी नूरजहानने चार वाघ मारले. त्या शिकारीवर खूष होऊन जहांगीरने आपल्या हातीचे रत्नकंकण नूरजहानला बहाल केले. नूरजहानच्या आनंदित चेहऱ्याकडे पाहून जहांगीर म्हणाला,

"बेगम ! तुझ्या शिकारनैपुण्यावर मी खूष आहे. ह्या शिकारीची आठवण सदैव राहावी म्हणून, ह्या मैदानाला आपण 'शेरमैदान' हे नाव देऊ."

अभावितपणे जहांगीर बोलून गेला खरा, पण त्याने नूरजहानचे डोळे एकदम भरून आले. तिची व्याकुळता पाहून जहांगीर अस्वस्थ झाला. तो म्हणाला,

"बेगम ! त्यापेक्षाही सुरेख नाव मला सुचलं आहे. ज्या ठिकाणी मी तुला हे रत्नकंकण दिलं, त्या मैदानाला 'रत्नकंकण मैदान' हे नाव अधिक उचित आहे."

उसने हास्य आणीत मेहरुन्निसेने संमतिदर्शक मान हलवली आणि त्या जागेला 'रत्नकंकण मैदान' हे नाव ठेवले.

त्या प्रसंगाने नूरजहान बेचैन बनली होती. रात्री जहांगीर दुसऱ्या दिवशीच्या शिकारीचे बेत रचीत होता. नूरजहानला ते असह्य होत होते. न राहवून तिने विचारले,

"सलीम ! आपण शिकारीला गेलो नाही तर नाही का चालणार ?"

"का ?" जहांगीरने विचारले.

"शिकार पुष्कळ झाली. आता कंटाळा आला." नूरजहान नजर चुकवीत म्हणाली.

"ठीक आहे !" जहांगीरने आश्वासन दिले.

त्यानंतर आग्र्याला जाण्यासाठी मांडवगडावरून मुक्काम हलला.

वर्षे उलटत होती. नूरजहान राज्यकारभारात संपूर्णपणे गुंतली होती. जहांगीरचा लौकिक वाढत होता. एके दिवशी नूरजहान यमुनेच्याकाठी शिकार करण्यासाठी गेली होती. तिच्या सख्या बरोबर होत्या. सायंकाळची वेळ होती. नूरजहानने एका डगरीवरून नदीकाठावर बसलेला एक पक्षी पाहिला. सखींना शिकार दाखविण्यासाठी तिने बंदूक उचलली. बार उडाला तेव्हा, पक्षी उडून गेलेला सर्वांना दिसला. पाठोपाठ किंकाळी कानांवर आली ! नदीकाठावर धुणे धूत असलेला धोबी गोळीने जखमी झालेला होता. त्या धोब्याच्या पत्नीला मोहरा देऊन, जखमी धोब्याला त्याच्या घरी पाठविले गेले. नूरजहान त्या अपघाताने बेचैन झाली.

दोन दिवस गेले आणि एके दिवशी न्यायासनाची घाट वाजू लागली. तिचे ध्वनी साऱ्या किल्ल्यात उमटू लागले. निद्रिस्त बादशहा त्याने जागा झाला. नूरजहान आपल्या महालातून बाहेर पडली. जहांगीरही न्यायासनाची वाट चालू लागला. दोघे न्यायसभेच्या झरोक्यात पोहाचले तेव्हा, न्यायशृंखला ओढणारी स्त्री दोघांच्या नजरेत आली. नूरजहानचे सारे बळ नाहीसे झाले.

जहांगीर न्यायासनावर बसताच त्या स्त्रीने घाट थांबवली. सारे सरदार गोळा झाले होते. त्या स्त्रीने जहांगीरला अभिवादन केले. जहांगीरने विचारले,

"क्या चाहती हो ?"

"इन्साफ... जहांपनाह, इन्साफ !" ती स्त्री रडत म्हणाली.

"क्या हुआ ?"

"माझ्या पतीचा खून झाला, खाविंद !"

"मुजरीम कौन है ?"

ती स्त्री रडत तशीच उभी राहिली. जहांगीरने संतापाने विचारले,

"मुजरीम कौन है ?"

"जहांपनाह ! गुस्ताखी माफ हो ! मुजरीम..."

"बोलोऽ" अधीरतेने जहांगीर म्हणाला.

"मलिका-ए-आलम मुजरीम है... हुजूर... !"

प्रधान धावत पुढे आला. "खामोष !" तो ओरडला.

सारा दरबार थक्क झाला होता. जहांगीरला आपण काय ऐकतो आहो ते कळत नव्हते. त्याने आवंढा गिळून विचारले,

"काय सांगायचंय तुला ?"

"काय सांगू ? यमुनेकाठी तीन दिवसांमागे माझा पती कपडे धूत होता. झुडपावरचा पक्षी मारण्यासाठी मलिका-ए-आलमने गोळी चालविली. पक्षी

उडून गेला अन् गोळी माझ्या पतीला लागली. आज सकाळी तो स्वर्गवासी झाला अन् मी दुर्भागिनी दरबारी हजर आहे...''

जहांगीर सुन्न झाला. त्याने नूरजहानकडे पाहिले. तिची मान खाली गेली होती.

''जहांपनाह ! खूनका बदला खून- हा आपला न्याय आहे. मला न्याय हवा.. न्याय.''

सारी सभा स्तंभित झाली होती. जहांगीर न्यायासनावरून उठत म्हणाला.

''बाई, तुला न्याय जरूर मिळेल. आजपासून दोन दिवसांनी दरबार भरेल. त्या दरबारी तुला न्याय जरूर दिला जाईल. निश्चित मनानं तू घरी जा.''

जेव्हा जहांगीर नूरजहानला भेटला तेव्हा ती म्हणाली, ''खाविंद, हा न्याय मी करते.''

खिन्नपणे हसत जहांगीर म्हणाला, ''मुजरीमच्या हाती कुणी न्याय देतं का ?''

''पण मी अन्याय होऊ देणार नाही.''

''नाही बेगम ! हा न्याय मलाच करायला हवा. त्या बाबतीत मी ऐकणार नाही.''

साऱ्या आग्रा शहरात त्या वार्तेने खळबळ उडाली. काय न्याय होणार ह्यावर अनेक तर्क होत होते. दोन दिवसांनी, ठरलेल्या वेळी दरबार भरला. सारे वातावरण तंग होते. अल्काबाचे पुकार उठले. बादशहा धीमी पावले टाकीत सिंहासनाजवळ आला. सारा दरबार नतमस्तक झाला. गेल्या दोन दिवसांत बादशहा आपल्या महालाबाहेर आला नव्हता. त्याच्या चेहऱ्यावर हास्य विलसत होते.

दरबारला सुरुवात झाली. परटीण समोर आली. जहांगीर शक्यतो संथ आवाजात संयमाने बोलत होता,

''आम्ही तुझ्या फिर्यादीची चौकशी केली. तुझे आरोप खरे आहेत याची आम्हांस खात्री झाली आहे. तुझ्यावर झालेल्या अन्यायाचा बदला आम्ही जरूर करू.''

सारा दरबार तटस्थ होऊन, कानी जीव आणून ऐकत होता. जहांगीर बोलत होता,

''तुझ्या नवऱ्याचा खून आमच्या पत्नीनं केला हे खरं ना ?''

"जी जहांपनाह !" परटीण म्हणाली.

"ठीक ! ते आम्हांला मान्य आहे." एवढे बोलून जहांगीर सिंहासनावरून खाली आला. तो सरळ परटिणीजवळ गेला आणि त्याने टाळी वाजवली. सेवकाने बंदूक आणली. त्या बंदुकीकडे बोट दाखवीत जहांगीर म्हणाला,

"बाई, हीच ती बंदूक, की ज्या बंदुकीनं तुमच्या पतीचा खून केला ! तुम्ही ह्याच बंदुकीनं- जिनं तुमच्या पतीचा खून केला तिच्या- म्हणजे नूरजहानच्या पतीचा खून करू शकता. उचला ती बंदूक... नूरजहानचा पती तुमच्यासमोर आहे. त्याच्यावर गोळी चालवावी हा शहेनशहाचा हुकूम आहे !"

सारा दरबार थक्क झाला. परटिणीचा कानांवर विश्वास बसत नव्हता. समोर शांत चित्ताने जहांगीर उभा होता. परटिणीने एकवार बंदुकीकडे नजर टाकली आणि जहांगीरच्या पायांवर लोटांगण घालीत ती म्हणाली,

"अन्नदाता !"

अवरोधलेले श्वास सुटले, झरोक्यातून पाहणाऱ्या, रोमांचित झालेल्या नूरजहानला आपले अश्रू आवरता आले नाहीत.

नूरजहान जशी राजकारणात हिरिरीने भाग घेऊ लागली, तसे नकळत जहांगीरने राजकारणातून लक्ष काढून घेतले. नूरजहानची सत्ता सर्वांना माहीत झाली. तिच्या हुकुमाला सरदार तत्पर असत. न्यायदानापासून ते मोहिमांच्या बंदोबस्तापर्यंत, सारे नूरजहान पाही. जहांगीर मदिरा आणि नशा यांमध्ये मग्न होता. एके दिवशी नूरजहानने हट्टाने जहांगीरला किल्ल्याबाहेर काढले. किल्ल्याच्या दक्षिणेला एक टुमदार इमारत बांधली होती. ती इमारत जहांगीर प्रथमच पाहात होता. तो नूरजहानसह त्या इमारतीत गेला तेव्हा, तेथे सुवास दरवळत होता.

"काय आहे ?" जहांगीरने आश्चर्याने विचारले.

"अत्तरखाना !" नूरजहान म्हणाली, "आपल्या देशात अत्तर बनविण्यासाठी मी दूरदूरचे जाणकार आणले आहेत. गुलाबाचं अत्तर इथं तयार होतं."

पुढे केलेल्या अत्तराचा सुवास बादशहाने घेतला आणि तो म्हणाला. "उगीच तुझ्या हाती राज्य दिलं नाही नूर ! फुलापासून अत्तर बनविणारे तुम्ही कुठं अन् नाना सुंदर फळांपासून मदिरा बनविणारे आम्ही कुठं ! रसिकता केवढ्या भिन्न मार्गांनी प्रगट होऊ शकते, नाही ?"

दिवसेंदिवस नूरजहानचे प्राबल्य वाढत होते. जहांगीरच्या संमतीने तिने

आपली मुलगी लादिली बेगम हिचे लग्न जहांगीरचा धाकटा मुलगा शैयहार याच्याशी लावून दिले. एके दिवशी निर्वासित म्हणून भारतात आलेला गियासबेग, आपली मुलगी भारताची सर्वशक्तिमान सम्राज्ञी बनलेली पाहून परलोकवासी झाला. राज्यकारभारात तिला त्याची पुष्कळ मदत होत असे. नूरजहान पितृवियोगाने कष्टी झाली. बापाच्या स्मारकाची कल्पना तिने सुचवताच, जहांगीरने ईर्ष्येने संगमरवरी कबर बांधायला सुरुवात केली. भारतातले नामवंत कलाकार त्या कबरीवर मेहनत घेत होते. अति नाजुक जाळींनी त्या कबरीच्या भिंती उभारल्या जात होत्या. कबर पुरी झाली तेव्हा, जहांगीर नूरजहानला घेऊन तेथे गेला. नूरजहानच्या डोळ्यांत आपल्या पित्याचे ते अजोड स्मारक पाहून आनंदाश्रू उभे राहिले. जहांगीर म्हणाला,

"बेगम ! अशी इमारत भारतात दुसरी नाही. पुढंही होणार नाही."

"हे मात्र खोटं !"

"का ?"

"आलम्पनाह ! समजा, उद्या माझा मृत्यू झाला तर ?"

"नूर ! असं बोलू नकोस." जहांगीर तिच्या ओठांवर बोट ठेवीत व्याकुळ होऊन म्हणाला, "मी तुझ्यावर मनापासून प्रेम केलं असेल तर, परमेश्वर असं होऊ देणार नाही; ही शिक्षा मला तो करणार नाही; तुझं स्मारक बांधण्याची पाळी माझ्यावर येणार नाही. स्मारक बांधण्याची पाळी आलीच तर ती तुझ्यावर येईल."

नूरजहान साऱ्या राज्याचा बंदोबस्त पाहात होती. बंडाळ्यांचा बीमोड करीत होती. साऱ्या राज्याचा बंदोबस्त कणखरपणे आवरणाऱ्या नूरजहानला जहांगीरचे व्यसन आवरता आले नाही. जहांगीर दिवसेंदिवस व्यसनात खालावत होता.

कडाक्याची थंडी पडली आणि जहांगीरचे दुखणे वाढले. त्याने अंथरूण धरले. थंडी सरण्याच्या सुमारास तो हिंडू-फिरू लागला. एके दिवशी तो म्हणाला,

"बेगम ! आपण प्रवासाला जायचं."

"कुठं ?"

"काश्मीरला."

"पण आपली तबियत..."

"ठीक आहे. जितक्या होईल तितक्या लौकर आपण निघायला हवं."

प्रवासाची तयारी सुरू झाली. हजारो लोक त्या प्रवासात गुंतले. दररोज

काफिले आग्ऱ्याबाहेर पडत होते. वाटेतल्या मुक्कामांची व्यवस्था होत होती. एका शुभमुहूर्तावर शाही इतमामात नूरजहान आणि जहांगीर काश्मीरच्या प्रवासासाठी आग्र्याबाहेर पडले. शेकडो हत्ती, हजारो घोडे, उंट यांचे काफिले काश्मीरच्या वाटेला लागले. प्रत्येक उलटणाऱ्या दिवसाबरोबर जहांगीर बेचैन होत होता. काश्मीरच्या खोऱ्यात नूरजहान उतरली तेव्हा, सृष्टिसौंदर्य पाहून तिचा जीव गुदमरून गेला. देवदार-सुरुची बने, पर्वत-राईवरून खळखळणारे निर्झरप्रवाह, क्षितिजावर दिसणारी हिमाच्छादित शिखरे... जिकडे पाहावे तिकडे मूर्तिमंत सौंदर्य नजरेस येत होते. पण त्याच वेळी प्रवासाच्या दगदगीने जहांगीरची बिघडणारी तबियत तिला बेचैन करीत होती.

एके दिवशी सकाळी ती बादशहाच्या डेऱ्यात आली. डेऱ्यासमोर दोन शाही मेणे उभे होते. जहांगीर खोकत होता. त्याचे डोळे तांबडे झाले होते. घाबरी होऊन नूरजहान धावली. जहांगीर हसून म्हणाला,

"काही नाही बेगम ! मी तुझीच वाट पाहात होतो... चल."

"कुठं ?"

"चल म्हणतो ना !" म्हणत जहांगीर उठला. डेऱ्याबाहेर येऊन त्याने मेण्याकडे बोट दाखवले. नूरजहान मेण्यात बसली. दुसऱ्या मेण्यात जहांगीर बसला. मेणे चालू लागले.

मेणे थांबले. नूरजहान उतरली. समोरचे दृश्य पाहून ती स्तंभित झाली. तिच्यासमोर विस्तीर्ण बाग उभी होती. जहांगीर हसत तिच्यासमोर आला. तिचा हात हातात धरून तो त्या बागेच्या पायऱ्या चढू लागला. मुग्धपणे मागून नूरजहान जात होती. हिमाच्छादित पर्वतशिखरांच्या पार्श्वभूमीवर ती बाग उभी होती. खळखळत उतरणाऱ्या निर्झरांची वाट संगमरवरी दगडांनी आच्छादली होती. त्या वाटेवर नाना तऱ्हेची कारंजी आपले तुषार फेकीत होती. दुतर्फा पसरलेल्या हिरवळीवर चिनार, तालवृक्षांचे शेंडे आकाशाशी स्पर्धा करीत होते. गोल चढत जाणाऱ्या सुरूंचे वृक्ष त्या बागेला शोभा देत होते. टप्प्याटप्प्यावर निर्झराकाठी संगमरवरी पत्तीदार वेलींनी सजलेल्या मेघडंबऱ्या उठून दिसत होत्या. सायंकाळच्या नानाविध रंगांनी सजलेल्या आकाशाच्या पार्श्वभूमीवर दिसणारे बागेचे सौंदर्य निरखीत मुग्धपणे नूरजहान चालली होती. ते सौंदर्य टिपण्याला दोन डोळे असमर्थ होते. काय बोलावे हे नूरजहानला कळत नव्हते.

जहांगीर तिची अवस्था समाधानाने पाहात होता. तिच्या खांद्यावर हात ठेवीत तो म्हणाला,

"चल."

सारी बाग दाखवून झाल्यावर, जहांगीर तिथल्या संगमरवरी आसनावर स्थिरावत म्हणाला,

"नूर, तुला आठवतं ? तुझ्या वडिलांची कबर पाहायला प्रथमच गेलो होतो तेव्हा तू स्मारकाबद्दल बोलत होतीस. आजवर अनेकांनी आपली स्मारकं सुंदर थडगी बांधून केली. आपल्या जिवंतपणीची हयात, आपलीच थडगी बांधण्यात घालवावी असं मला वाटलं नाही. तुझ्या मृत्यूचीही कल्पना मला असह्य वाटे. पण त्याच वेळी आपल्या प्रेमाची आठवण मागं राहावी असं मात्र वाटे. त्याच प्रबळ इच्छेनं मी भारताच्या ह्या नंदनवनात ह्या दोन बागा बनविल्या. आज तुला मी ह्या दोन बागा नजर करीत आहे. तुझ्यावरच्या माझ्या प्रेमाची ग्वाही ह्या जगाला देत राहतील."

नूरजहानच्या डोळ्यांत आनंदाश्रू उभे होते. ती म्हणाली,

"एवढी सुंदर भेट मला आजवर कुणी दिली नाही."

जहांगीरने आनंदलेल्या नूरजहानकडे पाहिले व म्हणाला,

"नूर ! मला बागेची कल्पना स्फुरली तेव्हा मी बेचैन बनलो. खुरट्या फुलांच्या झुडपांनी, काटेरी गुलाबांनी माझं प्रेम साकार व्हावं असं मला वाटलं नाही. तुझं रूप मी नजरेत सामावू शकलो नाही. तुझं मन... ते माझ्या हाती लागलं नाही. तुझे हे बदामी डोळे, ज्यांच्या गहिऱ्या नीलिम्यातील खोली मी जाणू शकलो नाही... त्या प्रेमाला साधी, फुला-झुडपांची बाग फार अपुरी होती. त्या बागेतून माझं तुझ्यावरचं प्रेम व्यक्त झालं नसतं असं वाटलं."

"मग ?"

"तेव्हा मला ह्या बागा सुचल्या. उत्तुंग बर्फाच्छादित शिखरांच्या परिसरात ह्या बागा आहेत. इथं गुलाबाऐवजी आकाशातील चंद्राचा हव्यास धरणारे चिनारवृक्ष दिसतील. पृथ्वीच्या पोटातून धरित्रीला तृप्त करण्यासाठी प्रकटलेल्या निर्झरांचा खळखळाट ऐकू येईल. अथांग नीलिम्यानं व्यापलेलं, मेघांच्या रंगानं सजलेलं आकाश ह्या बागांवर छत्र धरील. मनाचं दारिद्र्य दाखविणारी इथं एकही वस्तू दिसणार नाही."

जहांगीरची नजर टाळून नूरजहान उठली. विषय बदलीत ती म्हणाली,

"हे निर्झर कसे खळखळत येतात नाही ? बारा महिने हे पाणी राहतं ?"

"हो ! पण त्याचं निर्झराला काय ? त्याच्या पाण्यावर किती जरी कारंजी उडाली, बागा फुलल्या, तरी त्याच्या अंत:करणात दगडांखेरीज काय आहे ? फार तर तो संगमरवरी दगडावरून वाहील एवढंच !"

जहांगीरकडे पाहण्याचा धीर नूरजहानला झाला नाही.

जहांगीरच्या वाढत्या आजारामुळे काश्मीरचा मुक्काम हलवला गेला. हत्तीवरून प्रवास झेपणार नाही म्हणून डोलीतून प्रवास सुरू झाला.

एका मुक्कामावर जहांगीरची तबियत फार बिघडली. ज्वर हटेना. तेथेच मुक्काम वाढले. वैद्य हताश झाले. सचिंत होऊन सारे जहांगीरच्या शाही डेऱ्यासमोर उभे होते.

ग्लानीतून शुद्धीवर येत जहांगीरने पाहिले. नूरजहान जवळ बसली होती. तिचा हात हाती घेऊन जहांगीर म्हणाला,

"नूर ! आता फार वेळ राहिला आहे असं मला वाटत नाही. शेवटच्या ह्या क्षणी एक शल्य मनाला टोचत आहे. ते मला सांगायला हवं..."

"सलीम, काही सांगायची गरज नाही. तुला त्रास होईल." व्याकुळ होऊन नूरजहान म्हणाली.

जहांगीरच्या चेहऱ्यावर हास्य चमकले. "आता त्रास कुठला ? उलट तो संपेल ! काय सांगत होतो ?... हा... नूर, मी राज्यावर आलो तेव्हा शेर अफगाणच्या प्रेमात तू एवढी गुरफटली असशील असं वाटलं नव्हतं. अब्बाजानच्या लहरीमुळे आपला विवाह झाला नाही एवढंच मला माहीत होतं. त्याचमुळं मी तुला मागणी घातली. मला थोडी जरी तुमच्या प्रेमाची कल्पना असती, तर आयुष्यभर मी माझ्या एकाकीपणाचं दु:ख पत्करलं असतं, पण ती चूक होऊन गेली. ती उमजली तेव्हा फार वेळ झाला होता. ती समजूनही मी काही करू शकत नव्हतो. मी शेर अफगाणचा केव्हाच द्वेष केला नाही. करण्याचं काही कारणही नव्हतं. अल्लाच्या दरबारी जाताना मी खोटं कशाला बोलू ? माझ्या हातून चूक झाली असेल तर एकच- मी तुझ्यावर मनापासून प्रेम केलं ! त्याचा मला आजही पश्चात्ताप होत नाही."

खिन्नपणाने जहांगीर हसला. तो म्हणाला, "मेहेर, तुला आठवतं ? अंगूरबागेत तुझ्या हातून कबूतर सुटलं. मी विचारताच तू म्हणाली होतीस, 'मला कुणाला पकडून ठेवायचं नाही.' मी म्हणालो होतो, 'पण मला आहे ना ?' अल्लानं तेवढंच बोलणं ऐकलेलं दिसत."

जहांगीर थांबला. तो मेहरुन्निसेकडे एकटक नजरेने पाहात होता. मेहरुन्निसा अंगूरबाग आठवत होती. तारुण्याची पहिली जाणीव जागी करून देणारा सलीम तिच्या नजरेसमोर होता... परटिणीच्या हाती भरली बंदूक देऊन बेडरपणे गोळी चालवायला सांगणारा जहांगीर ती निरखीत होती... तिच्या मनात काहूर माजले होते.

जहांगीरने पाणी मागितले. पाण्याचे दोन घोट घेऊन तो म्हणाला,

"काय पाहतेस, मेहेर ? तू माझ्या जीवनात परत कशी आलीस ते मला माहीत नाही. तुझं मतपरिवर्तन कुणी घडवलं, कसं घडलं ते जाणून घेऊन माझं दुःख वाढवून घेण्याची इच्छा नव्हती. तू परत माझ्या जीवनात आलीस ह्यातच मला समाधान होतं. माझ्या परीनं तुला सुखी करण्याचा मी सर्व प्रयत्न केला. पण तू शेर अफगाणला विसरू शकली नाहीस. तुला सांगितलं तर खोटं वाटेल, पण शेर अफगाणचा विचार क्षणभरही माझ्या मनातून गेला नाही. प्रसंग येई तेव्हा, माझ्या जागी शेर अफगाण असता तर, त्यानं काय केलं असतं असा विचार मी करीत असे. त्या वेळी जे सुचे ते मी करीत असे. तुला मी न्यायासन दिलं. तुझी शिकारीची हौस पुरवली. ताज अन् तख्त तुझ्या स्वाधीन केलं. तुझ्या वडिलांची सुंदर कबर बांधली; पण एवढं करूनही ते सारं अपुरं पडलं. मी तुझा होतो... पण तू कधीच माझी झाली नाहीस ! ते अंतर मला कमी करता आलं नाही. ती मुराद तशीच राहून गेली. मी तुला दिलं त्यापेक्षा शेर अफगाणनं तुला अधिक काय दिलं, ते मला केव्हाच कळलं नाही. शेर अफगाणनं मरूनही माझा पराभव केला... कदाचित तुमच्या अजोड प्रेमात मी दुरावा आणला म्हणूनच, अल्लानं मला ही शिक्षा दिली असावी !"

नूरजहानला ते ऐकणे अशक्य झाले. तिला अश्रू आवरेनात. शेर अफगाण... ज्याने हक्काने तिला मिळवलं... ज्याने तिच्या मनाचे फाजील लाड कधीही पुरविले नाहीत... ज्याचा हक्क अखेरपर्यंत तिला जाणवत राहिला होता, त्याला नूरजहान सर्वस्व देऊन मोकळी झाली होती... आनंदाने त्याची गुलाम बनली होती, आणि हा सलीम ! तिच्यावर प्रेम करण्यापलीकडे उभ्या आयुष्यात त्याने काही केले नव्हते. एवढासाही मोह न धरता तिच्या पायाशी ताज आणि तख्त त्याने अगदी सहजपणे ठेवले होते. त्या निष्ठावंत प्रेमाच्या बदली, ती मात्र काही देऊ शकली नव्हती. राज्याचा न्यायनिवाडा करण्यात निष्णात असा जिचा लौकिक तीच नूरजहान, ज्याने तिच्या हाती विश्वासाने न्याय दिला त्या जहांगीरला न्याय देऊ शकली नव्हती... तिचा पराजय मोठा होता.

नूरजहानचे सर्वांग कापत होते. आवेगाने तिने जहांगीरचा हात हाती घेतला आणि आपल्या गालाला लावला. तिचे उष्ण अश्रू पाहून जहांगीर क्षीण हास्य करीत म्हणाला,

"तू रडतेस ? माझ्यासाठी ?... नूर ! अंतकाळी आपल्या प्रिय व्यक्तीच्या डोळ्यांत अश्रू पाहात मरण येणं ही केवढी भाग्याची गोष्ट ! ते समाधान केवढं मोठं ! ते आज मी भोगत आहे. तेवढंच भाग्य घेऊन मी जात आहे. खुदा हाफीजऽ"

बोलताबोलता जहांगीर थांबला. नूरजहानने चमकून पाहिले. जहांगीरचे डोळे मिटले होते. चेहऱ्यावरचे हास्य तसेच होते. नूरजहानच्या हातातील जहांगीरचा हात सुटला... आणि तो हात निर्जीवपणे पलंगाखाली पडला. भीतीने नूरजहानचे हात तोंडावर गेले. शेर अफगाण राखण्याचा प्रयत्न करीत असता तो तिच्या हातून सुटला होता. संपूर्ण हाताशी आलेला जहांगीर तिने आपण होऊन सोडून दिला होता... नूरजहानच्या कानांत पंखांची तडफड झाली. तिने आपल्या कानांवर हात दाबून धरले. तिचे नेत्र विस्फारले गेले आणि सारे बळ एकवटून ती किंचाळली... तिची शुद्ध हरपली !

●●

असा रंगला विडा

दोनप्रहर टळली होती, तरी उन्हाची तगमग कमी झाली नव्हती. तापलेल्या धरणीतून उष्ण नि:श्वास अखंड बाहेर पडत होते. भागानगरच्या राजरस्त्यावरून राजनर्तकी माहेलकाची शाही पालखी आपल्या इतमामात राजमहालाकडे जात होती.

निजाम अलीखानाच्या दरबाराची ही राजनर्तकी. मूळ नाव चंदा होते तरी, तिच्या असामान्य लावण्यावर, गायनावर खूष होऊन निजामशहांनी 'माहेलका' म्हणजे 'चंद्रमुखी' ही किताबत बहाल केली होती. आपल्या सरंजामासह माहेलका राजमहालाकडे जात असता, बाहेरच्या प्रखर प्रकाशामुळे पालखीच्या जाळीदार पडद्यातून बाहेर पाहणेही तिला त्रासाचे वाटत होते. पंख्याने वारा घेऊन तिचे नाजूक हात थकले होते.

रस्ता मोकळा करण्यासाठी पालखीपुढे अश्वपथक दौडत होते. पालखीबरोबर दासी आणि सेवक चालत होते. पालखीच्या अग्रभागी एक स्वार पेटती मशाल घेऊन जात होता. पालखीपाठीमागे सुसज्ज रक्षकदल पालखीवर नजर ठेवून वाटचाल करीत होते.

घोड्यांच्या टापांचा आवाज ऐकताच पालखीच्या रक्षकांनी मागे पाहिले. धुळीचा लोट उडवीत अश्वदळ वेगात येत होते. काही क्षणांत पुकार कानी आला,

"हटो !"

रस्ता अरुंद. पालखी बाजूला घ्यायला सांगण्यासाठी पुढे दौडलेला अश्वपथकाचा स्वार दौडत माघारी आला. माहेलकाने विचारले, "सलामत. कौन है ?"

"जी. कोणी उमराव येताहेत वाटतं !"

"पालखी बाजूला घ्यायची गरज नाही !" माहेलकाने आज्ञा केली.

"जी !"

"...त्यांना थांबायला सांगा, आमची पालखी गेली की मग या म्हणावं ?"

तोवर मागच्या अश्वपथकाचे बिनीचे स्वार नजीक आले होते. सलामतने हात वर करून इशारत दिली. स्वार थांबले. पालखी मात्र जातच होती. बिनीचे स्वार थांबलेले पाहताच अश्वदळही थांबले. एका उमद्या, काळ्या घोड्यावर राजे रावरंभा निंबाळकर स्वार झाले होते. घोडे घामाने निथळत होते. सलामतने आदबीने मुजरा केला.

"पालखी कुणाची ?" रावरंभांनी विचारले.

"माहेलका बाईसाहेब राजमहाली जात आहेत !"

"मग आम्हांला का थांबवलं ?" निंबाळकरांचा आवाज कठोर बनला.

"बाईसाहेबांना धुळीचा त्रास होतो." सलामत म्हणाला, "पालखी पुढे जाऊ द्यावी ही बाईसाहेबांची आज्ञा आहे."

"आज्ञा ?"

रावरंभांच्या भुवया संतापाने वक्र बनल्या. त्यांच्या हातातील आसूड क्षणात उंचावला गेला आणि सलामतच्या डाव्या कानशिलावर फाडकन् वाजला ! रावरंभांनी रस्त्याकडे आसुडाचा हात केला. क्षणात बिनीचे स्वार उधळले. टापांच्या खडखडाटात अश्वदळ जात होते. अंगावर येणारे अश्वदळ पाहाताच पालखी बाजूला घेतली गेली. पालखीच्या भोयांची, रक्षकांची एकच गडबड उडाली आणि धुराळा उडवीत अश्वपथक जवळून निघून गेले. निंबाळकरांचे अश्वदळ निघून जाताच पालखी परत रस्त्यावर आणली गेली. धुळीमुळे खोकणाऱ्या आणि संतापाने फुललेल्या माहेलकाने हाक मारली.

"सलामत !"

सलामत तोवर पालखीजवळ आला होता, सलामतच्या डाव्या चेहऱ्यावर, कपाळावर, हनुवटीपर्यंत बोटभर जाडीचा तांबडा वळ उठला होता. माहेलकाने विचारले,

"सलामत, कोण होतं ?"

"राजासाब रावरंभा निंबाळकर."

"त्यांना रोखलं का नाही ?"

"बाईसाहेब, क्षमा असावी, पण त्यांना कोण रोखणार ? निजामशाहीत फक्त तीनच मर्द ओळखले जातात. त्यातले ते एक आहेत."

“गँवार !” माहेलका उद्‌गारली, “चलो !”

... आणि मेणा राजप्रासादाकडे जाऊ लागला.

राजप्रासादासमोर मेणा थांबला. दासींनी जाळी उचलली. चेहऱ्यावर अवगुंठन घेऊन माहेलका मेण्याबाहेर आली. आपला मलमली दुपट्टा सावरून ती राजप्रासादाच्या पायऱ्या चढत होती. तोच तिचे लक्ष राजप्रासादाच्या पायऱ्या उतरत येणाऱ्या व्यक्तीकडे गेले. बेगुमान नजरेने ती व्यक्ती सावकाश पायऱ्या उतरत होती. क्षणभर, कौतुकाने माहेलकाने त्या व्यक्तीला निरखले. त्याच वेळी सलामत म्हणाला-

“हेच ते राजे रावरंभा निंबाळकर.”

माहेलकाचा सारा संताप उसळला. रावरंभा नजीक येताच सलामतने मुजरा केला. मुजऱ्याचा स्वीकार करून रावरंभांनी आपले पाऊल उचलले आणि त्यांच्या कानावर शब्द आले,

“सुनिये तो !”

निंबाळकर थांबले. माहेलकाचे लक्ष त्यांच्या जरीमोजडीवर खिळले होते. तिने नजर वर केली. रावरंभा तिच्याकडे पाहात होते. नजर ससाण्याची होती. धारदार नाक नजरेत भरत होते. ओठावरच्या मिश्यांचे आकडे वर चढले होते. दुपट्ट्यावर डावी मूठ ठेवून निंबाळकर माहेलकाकडे पाहात होते.

“आपण मला हाक मारलीत ?”

“हो ! समज द्यायची होती !”

“समज ?” निंबाळकरांच्या ओठांवरले हसू विरले.

“हो ! मेणा माझा होता.”

“ते कळलं म्हणून बरं झालं. नशीब तुमचं. जनानी मेणा होता म्हणूनच आम्ही बगल देऊन गेलो. दुसरं कोणी असतं तर...”

“तर काय केलं असतंत ?”

“काय झालं ते सांगायला कोणी हजर राहिलं नसतं.”

“हं !” माहेलका म्हणाली. “हुजूर, मर्दपणा रणांगणावर शोभून दिसतो !”

“युद्धाच्या निर्णयावरच राज्यं टिकतात ! ती आम्ही टिकवून धरतो तेव्हाच, आपल्यासारख्या राजनर्तकीचं कौतुक होतं. असफजाही विजय आम्ही राखतो तेव्हाच, चंदा नर्तिकेला ‘माहेलका’ खिताबत मिळते !”

“हे हजरतांच्या कानांवर गेलं तर ?” संतापाने उजवा हात वर करीत माहेलकाने विचारले, “त्याचे परिणाम ठाऊक आहेत ?”

मेहंदीने रंगविलेल्या त्या गुलाबी हाताकडे पाहात रावरंभा म्हणाले, "हा आदा तिथंच शोभून दिसेल."

आपला संयम आवरीत माहेलका म्हणाली, "आपल्याला नृत्यगायनातलं बरंचसं कळतं असं दिसतं !"

तो वार अनपेक्षित होता. क्षणात सावरून रावरंभा तुटकपणे म्हणाले, "नाचगाण्यात आमची तबियत लागत नाही."

"बरोबरच आहे ते !"

"अं ?" अवगुंठनाआड लपलेल्या त्या चेहऱ्याचा नजरेने शोध घेत रावरंभा उद्गारले.

"ते समजायला समशेर उपयोगी पडत नाही. त्याला गहिरी नजर, सूक्ष्म कान आणि कदरदार दिल लागतं."

"दुर्दैवानं ते आमच्याजवळ नाही... शिकावं लागेल."

माहेलका छद्मीपणाने हसली. म्हणाली, "तशी पाळी आलीच तर आमच्याकडं जरूर या. मी शिकवीन !"

"यायचंच झालं तर, तुमच्याकडं येईन. इजाजत."

तोच रावरंभांचे लक्ष सलामतच्या चेहऱ्याकडे गेले. त्याच्या चेहऱ्यावरच्या वळावर लक्ष जाताच त्यांनी कमरेचा कसा काढला आणि ती थैली सलामतकडे फेकली. थैली अलगत झेलून सलामत मुजऱ्यासाठी वाकला. मान वर केली तेव्हा, माहेलका वरच्या पायरीवर पोहोचली होती.

माहेलका प्रासादात दिसेनाशी झाली. रावरंभा विचार करीत पायऱ्या उतरत होते. जाळीदार अवगुंठनातून अस्पष्ट दिसणारे ते नेत्र. आवाजातला विश्वास अन् मार्दव, गुलाबी हस्तदलांवर चितारलेली मेहंदी... रावरंभांच्या मनातून माहेलका हलत नव्हती.

दोन दिवस असेच गेले आणि तिसऱ्या दिवशी दिवेलागणीच्या सुमारास रावरंभा अचानक माहेलकाच्या महालासमोर दाखल झाले.

माहेलका महालाच्या मागच्या उद्यानात होती. दासींनी वर्दी दिली—

"राजे रावरंभा निंबाळकर आले आहेत."

"इथं ?"

"जी !"

माहेलकाच्या चेहऱ्यावर स्मित झळकले. गेल्या दोन दिवसांत तिने निंबाळकरांच्या अनेक कथा ऐकल्या होत्या. निंबाळकरांबद्दल जेवढी माहिती

गोळा करता येईल तेवढी ती गोळा करीत होती. असे का व्हावे हे तिला कळत नव्हते. माहेलका भानावर आली. काय करावे हे तिला कळेना. ती गडबडीने महालात आली.

रावरंभा माहेलकाच्या दिवाणखान्यात बसले होते. दिवाणखाना ऐश्वर्य संपन्न होता. नक्षीदार चिरागदाने प्रज्वलित झाली होती. मंद सुवास महालात दरवळत होता. बराच वेळ गेला आणि माहेलकाने दिवाणखान्यात प्रवेश केला.

रावरंभांची नजर माहेलकावर खिळून राहिली. पायात जरीमोजडी, चुणीदार विजार, सलवार आणि दुपट्टा परिधान केलेली माहेलका ते पाहत होते. तिच्या अंगावरचा एक एक दागिना तिचे ऐश्वर्य व्यक्त करीत होता. माहेलकाने आदब केला. ती म्हणाली,

''तस्लीम !''

रावरंभांनी त्याचा स्वीकार केला. माहेलकाच्या नजरेत हसू होते. रावरंभांचे ते उमदे रूप ती न्याहाळत होती. माहेलका म्हणाली,

''हुजूर, आज दासीची आठवण बरी झाली ?''

''शिकावंसं वाटलं म्हणून आम्ही इथं आलो. चंद्रा ! आम्हांला तुझं गाणं ऐकायचं आहे.''

''गफलत झालेली दिसते. हा गाण्याचा मोहल्ला नाही ! ही गाण्याची कोठी नाही, हुजूर.''

''आम्हांला माहीत आहे. शाही दरबारातून जो मुशाहिरा मिळतो तो आम्ही देऊ.''

''आपला इरादा पक्का दिसतो.''

''तसं समजायला हरकत नाही.''

''शाही दरबारात गाते ती अन्नदात्यासाठी गाते.'' माहेलका स्थिर नजरेने म्हणाली, ''नुसते दोन हजार देऊन गाणं ऐकायला मिळायचं नाही.''

''माहेलका !'' रावरंभा संतापाने म्हणाले, ''जी बिदागी असेल ती आम्ही देऊ !''

''अस्सं ! पन्नास हजार मागितले तर ?...''

''कोण देईल पन्नास हजार ?'' रावरंभांनी विचारले.

''हो ! नाही तर तुम्ही इथं आला असता...''

रावरंभा हसले; ते म्हणाले ''मंजूर ! पन्नास हजार ठरले. आम्ही गाणं

ऐकायला उतावीळ आहो.''

''पन्नास हजार कुठं आहेत ?''

रावरंभांचा आवाज चढला. ''माहेलका, रावरंभांच्या शब्दावर आजवर कोणी अविश्वास दाखविला नाही.''

''त्याच्याशी मला कर्तव्य नाही. सदैव रणांगणावर वावरणाऱ्या माणसाच्या शब्दाला मोल असलं तरी, जिवाची खात्री नसते.''

''ठीक आहे !''

रावरंभांनी आपले सेवक पैसे आणायला धाडले. माहेलका गाण्याची तयारी करण्यासाठी आत गेली. काळजीपूर्वक ती प्रसाधन करीत होती. रावरंभांना आज पुरे दिपविण्याचा बेत तिने आखला होता. प्रसाधन आटोपून, अत्तराचा दरवळता सुगंध घेऊन ती दिवाणखान्यात आली. दिवाणखान्यात रावरंभा नव्हते ! दासी अधोवदन उभी होती.

''कुठं आहेत ?''

''ते गेले.''

''गेले ?'' माहेलका हसली. ''पन्नास हजारांच्या गोष्टी करणं सोपं !''

''बाईसाहेब, राजासाब आपली बिदागी ठेवून गेले आहेत.''

माहेलका चकित झाली. बैठकीवर आच्छादित तबके होती. रागाने तिने एका तबकावरचे आच्छादन उचलले. तबकातले रुपये पाहून ती संतापाने वळली.

''ते गेले तर हे का ठेवून घेतले ? गाणं न ऐकताच बिदागी देतात ?''

''बाईसाहेब, राजासाहेबांचा निरोप आहे...'' दासी म्हणाली.

''काय ?'' आशेने माहेलकाने विचारले.

''राजेसाहेबांनी आपणांला सांगायला सांगितलंय...''

''काय, सांग ना ?''

''ज्या वस्तूचं मोल निश्चित आहे, त्याचं आम्हांला कौतुक वाटत नाही !''

माहेलकाचे डोळे विस्फारले गेले. डोळ्यांत अश्रू तरळले. असा अपमान आजवर कुणी केला नव्हता. ती ओरडली,

''आत्ताच्या आत्ता मेणा तयार करा ! आम्ही बाहेर जाणार आहो.''

मेणा तयार करण्यात आला. प्रज्वलित मशालीच्या उजेडात माहेलका रावरंभांच्या महालाकडे जात होती. रात्रीच्या वेळी रस्त्याने शाही थाटात जाणाऱ्या त्या मेण्याकडे सारे कुतूहलाने पाहात होते.

रावरंभा आपल्या महालात बैठकीवर विसावले होते. मोकळे केस मानेवर रुळत होत. नुकतेच स्नान झाल्यामुळे कपाळावर केशरी रंगाचा टिळा होता. अंगात पांढरा शुभ्र कळीचा मलमली अंगरखा होता. पायात विजार होती. गळ्यातल्या मोत्यांच्या कंठ्यांशी चाळा करीत रावरंभा बैठकीवर रेलले होते. नजरेत मद्याची धुंद होती. दासी वारा ढाळीत होत्या.

सेवकाने येऊन वर्दी दिली. "हुजुरांच्या भेटीसाठी माहेलकाबाईसाहेब हजर झाल्या आहेत."

रावरंभांच्या चेहऱ्यावर स्मित झळकले. त्यांनी मानेने संमती दिली आणि माहेलकाने महालात प्रवेश केला. मागोमाग तबके घेतलेल्या दासी आत आल्या. हातातली तबके ठेवून त्या बाहेर गेल्या. माहेलका रावरंभांना निरखीत होती. रावरंभांनी वारा ढाळणाऱ्या दासींकडे पाहिले. दासी मागल्या पावलांनी निघून गेल्या. रावरंभांनी शेजारच्या बैठकीकडे हात केला. पण बैठकीवर न बसता माहेलकाने विचारले,

"पैसे द्यायचे होते, तर गाणं ऐकायला का थांबला नाही ?"

रावरंभा हसले. ते म्हणाले, "आमचा निरोप पोचला नाही वाटतं ?"

"कसला निरोप ?"

"चंदा, आम्हांला वाटलं की, तुझं गाणं अमोल असेल. आमच्या मनात ते ऐकण्याची जिज्ञासा होती. पण ते अमोल नाही हे जेव्हा समजलं, तेव्हा ते ऐकण्याची उत्सुकता राहिली नाही."

"मग पैसे का ठेवलेत ?"

"पैसे ! ती बिदागी होती... तू मागितलेली अन् आम्ही मान्य केलेली. दिलेला शब्द आम्ही मोडत नाही."

"न गायिलेल्या गाण्याचे पैसे घेणं मी सुद्धा जाणत नाही. आपले पैसे ठेवलेत. जाते मी."

माहेलकाचे डोळे उभ्या जागी भरले. संतापाने सारे अंग कापू लागले. ती वळली.

"कारण नसताना एका अनोख्या स्त्रीचा एवढा अपमान करण्याचं काही कारण नव्हतं ! का छळता मला ?"

माहेलकाचे भरलेले नेत्र, मूळच्या गौरवर्णावर संतापाने चढलेली लाली, ती थरथरणारी काया.... माहेलकाचे सौंदर्य शतपटीने वाढले होते. रावरंभा त्या असामान्य लावण्याने घायाळ झाले होते. ते उद्गारले,

“चंदा !”

“हुजूर ! पदरची चीज फेकून दिली तर चालते. तिथं दातृत्व दिसतं. पण जिंकलेली वस्तू फेकून देणं वीराला शोभा देत नाही. त्या जिंकण्याला अर्थ उरत नाही”

“गैरसमज होतो !” माहेलकावर नजर स्थिर करीत रावरंभा म्हणाले, “जिंकलेली वस्तू आम्ही कधीच टाकलेली नाही. उलट ती प्राणपणानं आम्ही जतन करतो. ती आमच्या पराक्रमाची आठवण असते ना !”

मोहलका खिन्नपणाने म्हणाली, “ते खरं असतं तर, असं आपण वागला नसता...”

“म्हणजे ?” आश्चर्यचकित झालेले रावरंभा उद्गारले.

“नुसत्या वीरत्वाने माणसाला शोभा येत नाही. त्याला जरा शहाणपणही लागतं.”

माहेलका वळली. तिने पाऊल उचलले तोच, मागे आलेल्या रावरंभांची जाणीव तिला झाली. पाय जागच्या जागी खिळला. क्षणात उजव्या खांद्यावर रावरंभांचा हात विसावला. माहेलका वळली. क्षणभर रावरंभांच्या नजरेला नजर भिडली आणि दुसऱ्या क्षणी माहेलकाचे मस्तक रावरंभांच्या छातीवर विसावले.

राजनर्तकी माहेलका रावरंभांच्या पदरी राहिल्याची वार्ता भागानगरात पसरायला वेळ लागला नाही. माहेलकाच्या सहवासात रावरंभा रमले. माहेलका रावरंभांच्या पदरी होती तरी, निजाम अलीखानच्या दरबारातील तिची चाकरी चालूच होती. अनेक वेळा राजवाड्यात तिच्या नृत्यगायनाच्या मैफली होत.

त्या वेळी पुण्यात सवाई माधवराव पेशवे होते. निजामशाही आणि पेशवाई यांच्यातला वैमनस्याचा अंगार दोघांच्याही मनात धुमसत होता. दोघांचे वैर केव्हा पेटेल याचा भरवसा नव्हता. आणि याच वेळी पुण्यात सवाई माधवरावांचा विवाह निश्चित करण्यात आला. पुण्यामध्ये मोठी तयारी सुरू झाली. लग्नाची आमंत्रणे साऱ्या राजांना, सरदारांना, मानकाऱ्यांना पाठविली गेली. पेशव्यांच्या लग्नाचे निमंत्रण मोठ्या थाटात भागानगरच्या दरबारी सरंजामासह आले. उद्याच्या शत्रूच्या घरचे आमंत्रण पाहून साऱ्यांना आश्चर्य वाटले. खास मसलत भरली. विचारविनिमय सुरू झाला. बैठकीत निजाम, वजीर, सरदार अश्रफुल उमरा, राजे रावरंभा निंबाळकर ही विश्वासू सल्लागार मंडळी होती.

निजामअली म्हणाले,

"ज्यांच्या मनात आमच्याबद्दल वैर आहे, त्यांचं निमंत्रण स्वीकारणं कसं शक्य आहे ?"

"गुस्ताखी माफ हो हुजूर !" वजीर म्हणाला, "पण ही हालत ध्यानी धरूनच या आमंत्रणाचा अलीजाँनी स्वीकार करावा."

"मतलब ?"

"खुदावन्त ! हे आमंत्रण म्हणजे आपली परीक्षा आहे. हे स्वीकारलं नाही तर, कदाचित हाच अपमान वैराचं निमित्त केलं जाईल. या शादीसाठी सारे राजे पुण्यात गोळा होत आहेत. आपण गेला नाहीत तर, तेवढंच जाणवेल." वजीर म्हणाला.

"मग आम्ही जावं ?"

"हुजूर ! आपल्याला शक्य नसेल तर शहाजादे पोलादजंग यांना पाठवावं, असा माझा सल्ला आहे." वजीर म्हणाला.

साऱ्यांनी त्याला मान डोलावली. निजाम विचारात पडले. पोलादजंग, निजामाचा थोरला मुलगा— गादीचा वारस. निजामांनी शंका व्यक्त केली,

"काही धोका झाला तर ?"

स्वस्थ उभ्या असलेल्या रावरंभा निंबाळकरांच्या चेहऱ्यावर स्मित झळकले. ते म्हणाले,

"अलीजाँ ! आज्ञा झाली तर..."

"जरूर ! इजाजत है ! रावरंभा, क्या कहना चाहते हो ?"

"हुजुरांनी मनात संशय आणू नये. मराठे आव्हान देऊन युद्ध करतील. पण घरी आलेल्या पाहुण्याला दगा... अशक्य !"

"तुम्ही जोखीम घ्याल ?"

रावरंभा चकित झाले. निर्धाराने म्हणाले, "जशी आज्ञा."

"ठीक आहे ! आम्ही तुमच्या भरवशावर फर्जंद पोलादजंगला पाठवू. सरदार अश्रफुल उमरा, तुम्हीही शहाजादे यांच्याबरोबर जा. शहाजादे शादीला येत असल्याचे पुण्याला कळवा."

असफजाही खलिता पुण्याला रवाना झाला. रावरंभांनी पोलादजंगाची घेतलेली जबाबदारी फार मोठी होती. रावरंभा काळजीत होते.

नित्याप्रमाणे रावरंभा माहेलकाच्या महाली आले. पण त्यांचे लक्ष कशातच लागत नव्हते. माहेलकाने विचारले,

"हुजूर ! आज तबियत ठीक दिसत नाही ?"

"हं ! चंदा, तसं म्हटलं तरी चालेल !"

"काय झालं तबियत बिघडायला ?"

"फार मोठी जबाबदारी अंगावर आली. पुण्याला पेशव्यांचं लग्न आहे. पोलादजंग जाणार आहेत अन् त्यांची जबाबदारी माझ्यावर आहे."

माहेलका हसली. ती म्हणाली, "बस्स ? अन् येवढ्यासाठी काळजीत पडलात ?"

"स्त्रियांना ते कळायचं नाही ? हे शादीचं आमंत्रण नाही— हा राजकारणाचा डाव आहे."

माहेलका काही बोलली नाही. तो विषय तसाच राहिला. थोड्या वेळाने माहेलकाने विचारले,

"आपल्याजवळ काही मागावसं वाटतं."

रावरंभा म्हणाले, "मग, माग न ! खुद्द तुझ्यापुढं आम्ही सारं हरवून बसलोय. काय हवं ?"

"द्याल ?"

"जरूर !"

"आपण पुण्याला जाणार तर, मला पण घेऊन चला ना ! मी फार ऐकलंय. एवढी मोठी शादी होतेय. तुमच्यामुळं मला पाहता येईल."

"छान !" रावरंभा हसले. "मी सांगितलं ना, ही नुसती शादी नाही चंदा ! नाना फडणिसाचं आमंत्रण म्हणजे एका राजकारणातल्या मुरब्बी मुत्सद्द्याचं आमंत्रण. पेशव्यांना आमचा वैरभाव माहीत असताना आलेलं आमंत्रण. आज पेशव्यांनी निजामशाहीवरच्या स्वारीची सर्व तयारी केलेली आहे. या घटकेला आम्हांला ती स्वारी परवडणारी नाही. काहीही करून हा सलोखा काही दिवस चालवायला हवा, म्हणूनच ते आमंत्रण स्वीकारलं आहे. राजकारणात स्त्रियांना वाव नसतो चंदा. त्यांचा काही उपयोग नसतो."

"हं !" माहेलकाच्या चेहऱ्यावर स्मित झळकले. "स्त्रियांना राजकारणात भाग घ्यायला मिळत नाही म्हणून हे बोलता. चुकून हा वाव मिळाला तर, आपल्यासारख्या वीरांना, राजकारणींना जे चार मोहिमांत यश मिळणार नाही ते एखादी हुशार स्त्री सहज मिळवून दाखवील."

"कधी काळी तसं घडलं तर, आम्ही स्वतःच्या हातानं आमचा शिरपेच आनंदानं उतरून त्या स्त्रीच्या हवाली करू." रावरंभा म्हणाले.

“ते होईल तेव्हा करावं, पण माझ्या विनंतीचं काय ?” माहेलकाने विचारले.

रावरंभांनी नि:श्वास सोडला. ते म्हणाले, “या रावरंभाला आयुष्यात फक्त एकच हार माहीत आहे... पाहीन. दरबारीमंजुरी मिळाली तर नेईन तुला.”

पुणे पाहायला मिळणार या कल्पनेने माहेलका आनंदली. निजामांनी रावरंभांना माहेलकाला नेण्याची परवानगी दिली. पुण्याला जाण्यासाठी माहेलका आपल्या ताफ्यानिशी सज्ज झाली.

पुणे वैभव कळसाला पोचले होते. निजामपुत्र पोलादजंग लग्नाला येणार हे कळताच, पेशवेदरबार आश्चर्यचकित झाला. निजामपुत्र येत असल्याची बातमी आली, तसेच खुद्द छत्रपती महाराजांचेही आगमन निश्चित झाले. पुण्याभोवती नजर टाकावी तिकडे पाहुण्यांसाठी निरनिराळे तळ उभारले होते. एकएक पाहुणे पुण्यात येऊ लागले. दक्षिणप्रांतीच्या संस्थानिकांसह टिपू सुलतान पुण्यात येऊन दाखल झाला. सारे मराठे आणि ब्राह्मण सरदार— जितक्यांना बोलावणी पोचली तितके, सरंजामसुद्धा पुण्यात दाखल झाले. तमाम फौजा आपापल्या मिसळीने तळावर उतरत होत्या. राजेरजवाडे, संस्थानिक, परराज्यातील वकील, त्यांची नाना तऱ्हेची निशाणे निरनिराळ्या तळांवर फडकू लागली.

फर्जंद पोलादजंग नगरवेशीवर येत असल्याची बातमी पुण्याला आली. नाना फडणीस स्वागताला आधीच गेले होते. खुद्द पेशवे निजामपुत्राच्या स्वागतास गेले. पुण्यातील रस्त्याने मेण्यातून जात असता, माहेलका पुण्याचे दर्शन घेत होती. गुढ्यातोरणांनी सजलेल्या रस्त्यांवरून मेणा असफजाही तळावर गेला. शाही डेऱ्यांनी, भव्य शामियान्यांनी सजलेला तो भव्य तळ पाहून माहेलका चकित झाली. वर्दीस्वार, खिजमतगारांपासून सारी व्यवस्था चोख होती. रावरंभा निंबाळकर फर्जंदांच्या तैनातीस गुंतले असताना, माहेलका पुणे पाहात होती. मोठ्या धामधुमीत आणि ऐश्वर्यसंपन्न वातावरणात श्रीमंतांचा विवाहसोहळा पार पडला. श्रीमंतांची वरात पाहून साऱ्या पाहुण्यांना पेशवाईच्या श्रीमंतीची खात्री पटली. त्या रात्री दारूकामाची लक्ष नक्षत्रे आकाशात चमकली. लग्नसोहळा पार पडला आणि एके दिवशी श्रीमंतांचे निजामपुत्रांना जाफतीचे आमंत्रण आले.

रावरंभा निंबाळकर निजामपुत्रासह मेजवानीला गेले. पंधराशे खासा निजामपुत्र नबाब पोलादजंगबरोबर मेजवानीला हजर राहिला. खास या मेजवानीसाठी श्रीमंतांनी पंधराशे रुप्याची ताटे करविली होती. बिछायतीवर सफेद चादरी

पसरून त्यावर पंक्ती मांडल्या होत्या. उदबत्त्यांच्या सुगंधात मेजवानीचा बेत पार पडला. आणि कोवळ्या वयाच्या श्रीमंतांसह नबाब बहादुर नाचीच्या महालाकडे चालू लागले. नबाबाच्या सन्मानार्थ खास गाण्याची बैठक आयोजित करण्यात आली होती.

काळ्याभोर सुरूदार खांबांनी सुशोभित असलेल्या नाचीच्या महालाची बैठक, रुजाम्याच्या गालिचांनी शृंगारली होती. चिरागदानांच्या उजेडात भरजरी खासी बैठक उजळून निघाली होती. सुवर्ण गुर्झब हाती घेतलेल्या भालदारांनी अदब बजावली. मुजऱ्यांचा स्वीकार करीत श्रीमंत सवाई माधवरावांची स्वारी खाशा पाहुण्यांसह बैठकीवर विराजमान झाली. श्रीमंतांच्या उजव्या हाताला नाना फडणीस होते. नबाबांच्या डाव्या हाताला रावरंभा निंबाळकर, अश्रफुल उमरा बसले होते. नाना फडणिसांनी इशारतीची नाजुक टाळी वाजविली. पेशवे दरबारची खास कलांवतीण व्यंकट नरसी दरबारी प्रवेश करती झाली. साजिंद्यांनी आपल्या वाद्यांसह गायिकेच्या मागे जागा घेतली. मुजरा करून व्यंकट नरसी गाऊ लागली. सारा महाल त्या सुरेल आवाजाने भरून गेला. माना डोलू लागल्या. फर्जंद पोलादजंग तल्लीन होऊन गाणे ऐकत होते. उत्तर रात्री गाणे संपले. तृप्ततेचा निःश्वास बाहेर पडला.

श्रीमंतांनी आपल्या डाव्या बाजूला बसलेल्या फर्जंद पोलादजंगांना विचारले,

"गाणं आवडलं ?"

हातीच्या गुलाबाचा वास घेत असलेले फर्जंद किंचित मान झुकवून, आपले हसरे डोळे श्रीमंतांवर खिळवून म्हणाले,

"गाण्याबद्दल काय बोलावं ! आम्हांला फार आवडलं."

"असं गाणं आपल्या दरबारी आहे ?" नकळत पेशवे विचारून गेले.

पोलादजंगाने रावरंभांकडे कटाक्ष टाकला. इशारत मिळताच ते म्हणाले

"आहे ना !"

संधी मिळताच नाना आपले जरी उपरणे सावरीत म्हणाले,

"इतकं चागलं गाणं आपल्या दरबारी आहे याचा श्रीमंतांना आनंद आहे. श्रीमंत कधीकाळी भागानगराला यायचा योग आला तर, जरूर आपल्या दरबारचं गाणं ऐकतील."

नाना फडणिसांच्या बोलण्यातील खोच चटकन रावरंभा निंबाळकरांच्या लक्षात आली. ते हसून म्हणाले,

"त्यासाठी भागानगरापर्यंत यायची श्रीमंतांना तकलीफ कशाला ? श्रीमंतांची

आज्ञा होईल तर, ते गाणं इथंही ऐकायला मिळेल.''

"इथं ?'' नाना उद्गारले.

"हो ! त्यात काय कठीण ?''

नानांच्या चेहऱ्यावरचे स्मित लपू शकले नाही. व्यंकट नरसीचे गाणे झाल्यानंतर कुणीही गायला तयार होणे अशक्य ! लग्नाला आलेल्या नबाबाच्या बरोबर एवढ्या कसबाची गायिका असेल हे नानांना पटत नव्हते. हा पोकळ रूबाब असावा याचा संशय येऊन नानांनी आव्हान स्वीकारले.

"ठीक आहे. श्रीमंत उद्या गाणं ऐकतील.''

भल्या सकाळी रावरंभा माहेलकाच्या डेऱ्यासमोर आले. गडबडीने तिने आपले केस सारखे केले आणि ती रावरंभांना सामोरी गेली. रावरंभा विचार करीत होते. माहेलका म्हणाली,

"भाग्य माझं की, आज भल्या सकाळी हुजुरांचे पाय दिसले.''

रात्रीच्या जाग्रणाने आरक्त बनलेले आपले डोळे माहेलकावर खिळवीत रावरंभा म्हणाले,

"ही खोटी शिकायत ! उलट, अनेक पहाटे तुझ्या दर्शनानंच दिवस उजाडतो.''

"चला, काही तरीच ! दासी ऐकतील ना !'' माहेलका लज्जित होऊन म्हणाली.

"ते जाऊ दे ! अली अला हजरत पोलादजंग यांची तुला आज्ञा आहे.''

"काय ?''

"आज रात्री पेशव्यांच्या दरबारी तुझी मैफल निश्चित झाली आहे.''

"छे !''

रावरंभांनी सारी हकीकत सांगितली आणि ते म्हणाले,

"चंदा, आज तुझ्या परीक्षेचा दिवस आहे. असफजाही दरबारी शान तुझ्या कर्तृत्वावर अवलंबून आहे.''

"पण ती व्यंकट नरसी...''

"तिचा विचारही मनात आणू नको. ती खात्री नसती तर, एवढ्या आत्मविश्वासानं मी बोललोच नसतो.''

रावरंभा आले तसे, हसत निघून गेले.

रात्री नाचीच्या महालात पेशवेदरबारचे आणि निजामदरबारचे खास मानकरी

हजर झाले होते. साक्षात् गंधर्वकन्या असा लौकिक असलेल्या व्यंकट नरसीवर तोड करू पाहाणे म्हणजे फजीत होणे असा पेशवे दरबारच्या मानकऱ्यांचा कयास होता. मैफल केव्हा सुरू होते आणि निजाम-दरबारचा नक्षा कसा उतरला जातो हे पाहाण्याला सारे उतावीळ होते. प्रत्येक मानकरी आपले खास कपडे करून मैफलीत आला होता. पगड्यांना मोत्यांच्या झुरमुळ्या होत्या. कानांत रत्नांचे चौकडे होते. गळ्यात कंठे शोभत होते. अनेक अत्तरांचा मिश्र सुगंध वातावरण धुंद करीत होता.

खाशा स्वाऱ्या महालात आल्या. सारे स्थानापन्न झाल्यानंतर नबाबांनी विचारले,

"पंडित पंतप्रधान, मैफलीची आज्ञा करायची ना ?"

सवाई माधवरावांनी मान झुकवली. रावरंभा निंबाळकरांनी टाळी वाजवताच नाचमहालाच्या उजव्या दरवाज्याचा चिकाचा पडदा दूर केला गेला. नऊ तरुण स्त्रियांनी आत प्रवेश केलेला पाहाताच सारे चकित झाले. मुजरा करून कलावंतिणीसाठी घातलेल्या बैठकीमागे त्या स्त्रियांनी चंद्राकार जागा घेतली आणि वाद्ये जुळू लागली. वाद्ये जुळवून होताच, निंबाळकरांनी परत टाळी वाजविली. कुतूहल शिगेला पोचले होते. महालात शांतता पसरली. नूपुरांचा क्षीण आवाज स्पष्ट होत दाराशी आला. माहेलकाने आपल्या जागेवर येऊन आपले अवगुंठन मागे टाकले; आणि मोठ्या आदबीने श्रीमंत आणि नबाबबहादुरांना मुजरा केला.

माहेलकाच्या दर्शनाने सारे श्वास अवरोधले गेले. तिच्या असामान्य लावण्याने साऱ्यांचे नेत्र दिपले होते. कोणी तरी न राहवून बोलून गेले, "साक्षात् वसंतसेना !"

हळू आवाजात काढलेला तो उद्‌गारदेखील साऱ्यांना स्पष्टपणे ऐकू गेला. माहेलका आपल्या मादक नेत्रांनी पाहात होती. ती सुरूच्या झाडासारखी सडपातळ होती. सोनचाफ्याने लाजावे अशी तिची अंगकांती होती. धारदार नाक, पातळ रेखीव गुलाबी ओठ आणि नाजूक खांद्यावर चढलेली उंच मान तिच्या सौंदर्यात भर घालीत होती. तिच्या कपाळी हिऱ्यांची बिंदी रुळत होती. कानात माणकाच्या मासोळ्या चमकत होत्या. गळ्याशी लपेटलेला लप्फा नजरही ठरू देत नव्हता. गळ्यात बोराएवढ्या मोत्यांचे दोन लांबझोक लग रुळत होते. नाजूक बोटांत अंगठ्या आणि पंजावर सुवर्णरत्नखचित पल्लव शोभत होते. कमलदलासारख्या नाजूक तळहातांवर मेहंदीची सुबक नक्षी

चितारली होती.

नाना फडणीस विस्फारित नेत्रांनी ते लावण्य पाहात होते. मोगली पेहरावातील माहेलकाने पुन्हा आदब केला आणि तिने डावा हात कानावर ठेवून आकार लावला. त्या निर्मळ सुराबरोबर साऱ्या मैफलीतून दाद उठली. माहेलका गात होती—

"ऊधो, मन न भये दस-बीस...."

माहेलकाच्या गाण्यापुढे व्यंकट नरसी कैक योजने मागे पडल्याची जाणीव सर्वांना झाली. सारे कसब पणाला लावून माहेलका विश्वासाने गात होती.

"एक जु हुतो सो गयो स्याम सँग,
को आरांधै हस ॥"

त्या गाण्याने बेहोष व्हायचे बाकी राहिले होते. गाणे संपले. सारे भानावर आले. रिवाज मोडून मैफलीतून प्रशंसोद्गार निघू लागले. नबाबांनी श्रीमंतांना विचारले,

"गाणं आवडलं ?"

नाना फडणीस तत्परतेने म्हणाले, "खाविंद ! फारच सुरेख गाणं ! या गाण्यानं आमचा अहंकार नाहीसा झाला. आम्ही मोकळ्या मनानं हार मानतो."

"त्याची गरज नव्हती !" नबाब म्हणाले, "उलट आपल्या इथल्या शुभ प्रसंगी वाढत असलेल्या आनंदात भर घालण्याची संधी आम्हांला दिलीत याबद्दल आम्ही शुक्रगुजार आहो ! अनायास संधी आली. आमची कलावंत माहेलका नुसती गातेच असं नाही. पंतप्रधानाची इच्छा असेल तर, ती आपलं नृत्याचंही कसब आपणापुढं पेश करील."

नानांनी मान डोलावली. श्रीमंतांनी होकार दिला. माहेलका नृत्यासाठी उभी राहिली. तिच्या दासींनी तिच्या पायांत चाळ बांधले. माहेलकाच्या गळ्यातील मोत्यांचे सर तिच्या गुडघ्यापर्यंत रुळत होते. माहेलकाने मुजरा करून नृत्याला सुरुवात केली. मृदंगाचे बोल पायांतून निघू लागले. वाद्यांनी लेहरा धरला. त्या सुरावर माहेलका नेत्र, हस्तभाव दर्शवीत होती. लय वाढत होती. सारे खिळल्या नेत्रांनी ते नृत्य पाहात होते आणि वाढत्या लयीवर फेर घेत असताना अचानक हस्तक्षेपाने माहेलकाच्या गळ्यातील एक सर तट्कन तुटला. बोराएवढे मोती खालच्या बैठकीवर घरंगळले. बैठकीभोवती बसलेल्या अनेक जणांचे लक्ष त्या मोत्यांवर खिळले. अनेक जणांचे हात नकळत मोती वेचू लागले. चोपदारही ते मोती गोळा करीत होते— आणि क्षणात नृत्य थांबले. माहेलकाचा आवाज आला,

"खामोश ! ते मोती वेचू नका !"

वेचलेल्या मोत्यांचे हात पुढे केले गेले. माहेलका म्हणाली,

"टाका ते मोती !"

...आणि वेचलेले ते मोती परत बैठकीवर घरंगळले. बोराएवढे मोती टाका ! मग त्या मोत्यांचे करायचे काय ?

माहेलकाच्या चेहऱ्यावर हसू उमटले. ते संयमाने आवरीत ती म्हणाली,

"बेअदबीची माफी असावी हुजूर ! आमच्या दरबारी नेहमी असे मोती तुटतात, पण ते आम्ही वेचीत नाही. सकाळी महाल साफ करायला जे सेवक येतात त्यांना ते मिळतात."

त्या उद्गारांनी माहेलकाने पेशवे दरबारचे उरलेसुरले ऐश्वर्य लुटले होते. श्रीमंत नबाबांसह महलाबाहेर गेले. मैफल संपली. नाना फडणीसांनी न राहवून निंबाळकरांना गाठले.

"राजासाब ! ही माहेलका कोण ?"

स्थिर आवाजात निंबाळकर म्हणाले, "ही कोण ? ही निजाम दरबारची राजनर्तकी !"

"राजनर्तकी ?" नानांनी आश्चर्य व्यक्त केले.

"हो." निंबाळकर हसत होते, "जिंदगाने अली अला हजरतनी हिला दिवसा मशाल, झालरीची पालखी, अन् नौबतनगाऱ्याचा मान दिलाय."

"आणि... अड्डिमेठ या गावची जहागीरही बहाल केलीय. या सरंजामाखेरीज दरबारच्या प्रत्येक बैठकीला हिला हजार रुपये बिदागी मिळते ती वेगळीच. भागानगरची विद्वान कवयित्री असा हिचा लौकिक आहे. हिचं नाव चंदा असून 'माहेलका' ही हिला खिताबत आहे."

आपल्या बोलण्याचा काय परिणाम झाला हे न पाहता रावरंभा निघून गेले.

नानांनी घाम टिपला. त्यांना काही सुचत नव्हते.

माहेलकाची तारीफ पुणे दरबारात दरवळत होती. तिच्या वाढत्या लौकिकाने नाना फडणीस अधिक बेचैन होत होते. निजाम दरबारची राजनर्तकी पेशव्यांच्या दरबारी गाइली, नाचली. तिचा सन्मान कसा करावयाचा ? बिदागी केवढी द्यायची ?

नाना आपल्या सहकाऱ्यांबरोबर यावर विचार करीत होते. पण कुणाला काही सुचत नव्हते. कुणी काही सुचवले तर, इतरांना ते पटत नव्हते. नाना फडणिसांनी खुद्द माहेलकाचाच अंदाज घ्यायचे ठरविले आणि त्यांनी माहेलकाला

आपल्या वाड्यावर येण्याचे सन्मानाचे आमंत्रण पाठविले.

दुसऱ्या दिवशी संध्याकाळच्या वेळी नाना आपल्या सदरेत उभे होते. चौकात एक सौदागर उभा होता. श्रीमंतांच्या विवाहप्रसंगी आपली घोडी पेशवे दरबारी खपतील अशा आशेने सौदागर उत्कृष्ट जातीची, एका रंगाची, उमदी, सहा अबलक घोडी घेऊन आला होता. अश्वपरीक्षेतही ती उजवी ठरली होती. प्रश्न होता तो किंमतीचा. सौदागर प्रत्येक जनावराचे दोन हजार मागत होता. नाना दीड हजाराप्रमाणे सर्व घोडी घ्यायला तयार होते. सौदागर ते मान्य करीत नव्हता. दोन हजारांखाली यायला तो तयार नव्हता. शेवटी नानांनी सांगून टाकले,

"सौदागर ! आम्ही आमची किंमत सांगितली आहे. ती पटत असेल तर घोडी ठेवून, फडातून पैसे घेऊन जा. नाही तर, सौदा मोडला असं समजून घोडी माघारी न्या.''

निर्वाणीचे उत्तर सांगून नाना वाड्यात गेले. सौदागर निराश होऊन वळला.

खास अश्वपथकासह आलेला मोगली मेणा नानांच्या वाड्यासमोर उभा राहिला. नोकर अदबीने मागे सरले आणि माहेलका मेण्याबाहेर आली. वाड्याच्या दाराशी उभ्या असलेल्या घोड्यांकडे तिची नजर गेली. क्षणभर ती जनावरे निरखीत माहेलका उभी राहिली आणि आपल्या दासीपरिवारासह वाड्यात प्रवेश करती झाली. वाड्यात जाताच तिचे लक्ष सौदागराकडे गेले. माहेलकाने सौदागराची चौकशी केली. नानांचा एक सेवक पुढे होऊन म्हणाला,

"बाईसाहेब ! परदेशी सौदागर आहे. घोडी घेऊन आला होता.''

माहेलकाने सौदागराला बोलाविले.

"सौदागर ! बाहेर घोडी आहेत ती तुमची ?''

"जी !''

"खरेदी झाली ?''

सौदागराने खिन्नपणे नकारार्थी मान हलविली.

"का ? घोड्यांत काही खोड आहे ?''

"जी नाही ! अश्वपरीक्षा झाली आहे. अशी जनावरं हजारांत मिळायची नाहीत.'' सौदागर अभिमानाने म्हणाला.

"मग खरेदी का झाली नाही ?''

"किंमतीत जमत नाही.''

"किती किंमत सांगितली ?''

"एका जनावराचे दोन हजार."

"कमी नाही ?"

"नाही."

माहेलकाच्या चेहऱ्यावर स्मित झळकले. "ठीक आहे ! मी घेतली घोडी !"

"सहा ?"

"हो !"

"आणि..."

माहेलकाने हसून सौदागराकडे पाहिले. ती सदर चढून वर गेली. दासीने पुढे केलेल्या चंदनी पेटीतून तिने कागद घेतला आणि तेथेच पुण्याच्या सावकारांच्या नावाने हुंडी लिहून सौदागराच्या हाती दिली. घोडी आपल्या मुक्कामावर नेऊन बांधण्याची आज्ञा केली. सौदागर आनंदाने निघून गेला. नाना कपडे करून सदरेवर माहेलकाला भेटायला आले तेव्हा, सौदागर निघून गेला होता. माहेलकाची विचारपूस करीत असता, मध्येच नानांना सौदागराची आठवण झाली. त्यांनी आपल्या कारभाऱ्यांना विचारले,

"तो सौदागर गेला ?"

"हो."

"सौदा मोडला ? मूर्ख ! सहाही घोडी अनायासे खपून गेली असती."

"त्याच्या घोड्यांची विक्री झाली."

"दोन हजारांप्रमाणं ?" नानांनी विचारले,

"जी !"

"दोन हजारांप्रमाणं सहा घोडी घेतली ? एवढा तालेवार कोण निघाला !" नानांनी विचारले, "कुणी घेतली ?"

"बाईसाहेबांनी," कारभारी माहेलकाकडे पाहात म्हणाला. माहेलकाच्या चेहऱ्यावर हास्य विलसत होते. नानांनी माहेलकाला विचारले,

"माहेलकाबाई, केवळ जिज्ञासा म्हणून विचारतो. तुम्ही ही खरेदी का केलीत ?"

माहेलका मोकळेपणाने हसली. ती म्हणाली, "त्यात आश्चर्य कसलं ? आपल्या दारी आले, घोडी देखणी दिसली, नजर काढवेना. माझे आश्रयदाते रावरंभा निंबाळकर घोड्याचे शौकीन आहेत. वाटलं, त्यांच्याकरिता घ्यावीत. घेऊन टाकली."

नानांनी माहेलकाचा मानवस्त्र देऊन सन्मान केला आणि तिला परत पाठवले.

माहेलकाच्या डेऱ्यात रावरंभा माहेलकाची वाट पाहात होते. माहेलकाला त्यांनी विचारले,

"नानांनी का बोलावलं होतं ?"

"काही समजलं नाही बाई !" माहेलका म्हणाली, "माझी अगत्यानं चौकशी केली, मानवस्त्र दिलं आणि पाठवलं."

रावरंभा विचारात पडले. ते म्हणाले, "उगीच तुला नाना आमंत्रण द्यायचा नाही. काही तरी त्याचा हेतू असावा."

नोकराने सौदागर आल्याची वर्दी दिली. माहेलका रावरंभांना म्हणाली,

"जरा बाहेर चलावं !"

दोघे डेऱ्याबाहेर आले. सौदागराने मुजरा केला. रावरंभांची नजर घोड्यांवर खिळली होती, डोळ्यांत कौतुक सामावले होते. रावरंभा भारल्यासारखे घोड्यांजवळ गेले. घोडी निरखून परत आले. माहेलकाच्या चेहऱ्यावर खोडकर स्मित होते. रावरंभा म्हणाले,

"कुठं भेटला सौदागर ? जनावरं सुरेख आहेत. आमच्या मनात सगळी खरेदी करायची आहेत."

माहेलका म्हणाली, "खरेदीची गरज नाही, ती आपलीच आहेत."

"आम्ही समजलो नाही." रावरंभा म्हणाले.

"हुजुरांसाठी मी ती घेतली आहेत."

माहेलकाने सारी हकीकत सांगितल. रावरंभा म्हणाले, "छान केलंस. तुझी हुंडी पटली नाही तर ?"

"हं !" माहेलका गर्वाने म्हणाली, "पेशवे दरबारात सांडलेल्या मोत्यांची वार्ता साऱ्या पुण्यात पसरली आहे. जी अशी मोती टाकते तिची हुंडी पटायला वेळ लागायचा नाही. सौदागर...."

सौदागर पुढे आला. माहेलकाने विचारले,

"हुंडी पटली ?"

"जी !"

माहेलकाने एक वेळ रावरंभांकडे पाहिले आणि ती तोऱ्यात डेऱ्यात प्रवेशती झाली. रावरंभा अभिमानाने तिच्या पाठमोऱ्या आकृतीकडे पाहात होते.

माहेलकाने एका बैठकीत सहजपणे सहा घोडी घेतल्याची बातमी पुणे दरबारच्या चर्चेचा विषय झाला. माहेलकाच्या त्या कृत्याने नानांचा पेच वाढला. कुठून ही

माहेलका आली, असे नानांना झाले. शेवटी विचार पक्का झाला. पेशवे दरबारची प्रतिष्ठा राखण्यासाठी शत्रुघरच्या या नर्तिकेच्या सन्मानार्थ एक लक्ष रुपये बिदागी द्यायचे ठरले.

माहेलकाच्या सन्मानार्थ खास दरबार भरविण्यात आला. पेशवे दरबारीचे आणि निजाम दरबारीचे खासे दरबारात हजर होते. सवाई माधवराव, फर्जंद पोलादजंग दरबारी आले. पेशवे मसनदीवर बसले. उजव्या बाजूला खास निजामपुत्रासाठी केलेल्या बैठकीवर निजामपुत्र स्थानापन्न झाले. कोवळ्या वयाचे श्रीमंत वीरासन घालून मसनदीवर बसले होते. मस्तकी फेटा तमामी, अंगात निमा व पायांत विजार होती. श्रीमंतांच्या मस्तकी शिरपेच, कलगी व मोत्यांचा तुरा होता. गळ्यात मौल्यवान कंठा होता. छातीपर्यंत आलेल्या त्या कंठ्यात हिरे व पाचू एकाआड एक गुंफले होते. श्रीमंतांची नजर कोवळी होती, तरी त्यात विश्वास दिसत होता. श्रीमंतांजवळ नाना फडणीस उभे होते. नबाब पोलादजंगामागे रावरंभा व अश्रफुल उमरा हात बांधून उभे होते. श्रीमंतांच्या शेजारी चंदनी तिवईवर नक्षीदार सुवर्ण खासदान ठेवले होते. श्रीमंतांच्या डाव्या बाजूला रेशमी आच्छादने घातलेली तबके ओळीने ठेवली होती.

माहेलका दरबारी आली. तिने श्रीमंतांना व नबाबांना लवून कुर्निसात केला. नानांनी इशारत दिली आणि तबकांची आच्छादने काढली गेली. नाना म्हणाले,

"माहेलकाबाई, — तुम्ही श्रीमंतांच्या मैफिलीत नृत्य-गायन सादर केलंत. श्रीमंत आपल्या नैपुण्यावर प्रसन्न आहेत. तुमच्या कलेची कदर करावी म्हणून एक लक्ष रुपये बिदागी अन मानाचं वस्त्र श्रीमंतांनी देऊ केलं आहे. त्याचा स्वीकार करावा.''

माहेलकाने रावरंभांकडे पाहिले. त्यांच्या चेहऱ्यावर स्मित होते. माहेलकाची नजर श्रीमंतांवर स्थिर झाली. ती म्हणाली, "हुजूर ! तुमच्या कृपेची मला धन्यता वाटते. बेअदबी होणार नसेल तर, हुजूरचरणी एक अर्ज आहे.''

"काय ? सांगा ! आमची आज्ञा आहे ?''

"मला संपत्तीचा लोभ नाही हुजूर ! त्याची मला कधीच कमतरता पडली नाही. माझ्या अन्नदात्यांच्या कृपेनं, माझ्या घरी संपत्ती पाणी भरते. त्यामुळे आपल्या लक्ष रुपयांचं मला मोल नाही. आणि ज्याचं कौतुक वाटत नाही ते आपल्या दरबारी स्वीकारून, आपण दर्शविलेल्या कृपेचा अपमान करावा असं वाटत नाही. स्वीकारणं जिवावर येतं.''

सारा दरबार स्तब्ध झाला ! आश्चर्य, अचंबा साऱ्यांचा चेहऱ्यांवर उमटला. पोलादजंगच्या चेहऱ्यावर समाधान होते. रावरंभा कौतुकाने माहेलकाकडे पाहात होते. नानांना हे सारे अनपेक्षित होते. श्रीमंतांच्या चेहऱ्यावर स्मित झळकले. ते म्हणाले,

"बाई तुम्हांला काय म्हणायचं ते आम्ही जाणतो ! माहेलका तुला जे मागायचं असेल ते तू मागू शकतेस. माग."

बालवयाचे पेशवे बोलून गेले. पण नानांच्या अंगावर काटा उभा राहिला. सारे मुत्सद्दी भयचकित झाले. ही हुशार बाई काय मागते याची भीती साऱ्यांना वाटत होती. साऱ्या दरबारचे श्वास अवरोधले गेले.

"खुदा खैर करे !" माहेलकाची मान क्षणभर लवली आणि ती म्हणाली, "आपल्या औदार्याला तोड नाही हे या जगात एक खुदा आणि उदार राजाच जाणू शकतो, हुजूर ! नाचीची एकच इच्छा अधुरी राहिलेली आहे."

"सांगा !" पेशवे म्हणाले.

"आमच्या भागानगरला सर्व ऐश्वर्य आहे." माहेलका अविचलित शब्दांनी म्हणाली, "मी आपल्या दरबारी आले तेव्हा माझं लक्ष आपल्या उजव्या बाजूला ठेवलेल्या खासदानाकडे गेलं. आमच्याकडे असे सुरेख गोविंदविडे बांधले जात नाहीत. दासीला द्यायचं झालंच तर तो विडा द्यावा. बस्स ! माझी दुसरी कोणती इच्छा नाही. तो मिळाला तर सारं मिळाल्याचं समाधान मला लाभेल."

रावरंभांच्या चेहऱ्यावर शंकेचे जाळे उमटले. दरबारच्या मुत्सद्द्यांनी श्वास सोडले. श्रीमंतांनी खासदानातील विडा उचलला आणि विडा देण्यासाठी हात पुढे केला. माहेलका पुढे झाली. पेशव्यांच्या कोवळ्या मनगटावर पाचूची पोहची चमकत होती. विडा देण्यासाठी हात खोळंबला होत. माहेलका श्रीमंतांना म्हणाली,

"हुजूर ! आपण विडा देत आहात, याचा अर्थ आपणांस माहीत आहे ना ? तो आपण जाणत असलात तरच विडा सोडावा."

हात थांबला. श्वास घुटमळले. नानांनी विचारले, "कसला अर्थ ?"

माहेलकाच्या ओठांच्या कोपऱ्यावर हसू होते. डोळ्यांत वेगळीच चमक दिसत होती. माहेलकाचे शब्द स्पष्टपणे उमटले—

"विडा हे प्रेमाचं प्रतीक ! मी भागानगरची राजनर्तकी... म्हणजे त्या दरबारची प्रतिनिधी. माझे अन्नदाता अली अला हजरत निजाम उल्मुल्क आणि श्रीमत पंडित पंतप्रधान पेशवेसाहेब यांच्या मनात परस्परांबद्दल जिव्हाळा, प्रेम

राहणार असेल तरच या विड्याला अर्थ आहे. मनात वैरभाव असेल तर अजूनही विडा मागं घेतला जावा.''

दरबार थक्क झाला होता. निजामस्वारीचा बेत साऱ्यांना माहीत होता. नानांनी स्वारीची सारी तयारी पुरी करीत आणली होती. नानांना काही सुचत नव्हते. श्रीमंत लहान असले तरी, राजकारणाच्या आखाड्यातच ते वाढले होते. चेहऱ्यावरची रेषा न बदलता ते म्हणाले,

''माहेलका ! आम्ही तुझ्यावर खूष आहो ! ज्या दरबारी धन्याचे भले चिंतणारे तुमच्यासारखे थोर कलावंत असतात त्यांना धक्का कोण लावील ? जोवर तुमच्या दरबाराकडून आमची आगळीक होत नाही, तोवर आम्ही आपणहून चाल करणार नाही. स्नेह टिकवण्याचा जरूर प्रयत्न करू. हात पुढं कर.''

माहेलकाचे नेत्र आनंदाने भरून आले. तिने रावरंभांकडे पाहिले. सद्गदित झालेल्या रावरंभांनी आपला हात आपल्या मस्तकीच्या शिरपेचाकडे नेला. माहेलकाच्या चेहऱ्यावर हास्य उमटले. ती का हसली हे कुणालाच कळले नाही. माहेलकाने श्रीमंतांच्या समोर हात पसरला आणि आपल्या कोवळ्या हातांनी श्रीमंतांनी माहेलकाच्या तळहातावर विडा ठेवला.

मेहंदीने रंगवलेल्या त्या नाजूक तळहातावर पिवळसर झाकेने सजलेला तुर्रेबाज गोविंदविडा वेगळ्याच सौंदर्यात उभा होता !

•••

अशी छेडली तार

ग्वाल्हेरचे जयाजीराव महाराज म्हणजे गुणी जनांचे चहाते, अव्वल संगीताचे भोक्ते, असा त्यांचा लौकिक होता. त्यांच्या ग्वाल्हेर येथे भारतातले अनेक नामांकित गवय्ये, तंतकार, दरबारी-मैफल साजरी करण्यासाठी येणार होते. वादनकारांमध्ये पखवाजिये कुदोसिंग, सरोदिये फिदाहुसेन, सतारिये अमृतसेन हे प्रमुख होते. गायकांमध्ये तानरसखाँ, आण्णा फत्तू, रहिमतखांसारखे सर्वश्रेष्ठ गवई येणार होते. या सर्व नावांबरोबरच आणखी एक नाव घेतले जात होते. भारतीय कीर्तीचे बीनकार बंदेअली चक्री मैफलीत भाग घेणार अशी बातमी सर्वत्र पसरली होती. बंदेअलींवर जयाजीराव महाराजांचे विशेष प्रेम असल्याने बंदेअली मोठ्या मैफलीआधीच जयपूरहून ग्वाल्हेरला दाखल झाले होते. जयाजीराव महाराजांनी राजवाड्याच्या एका दालनात बंदेअलींना प्रेमाने ठेवून घेतले होते.

दोनप्रहर सरत आली होती. बंदेअलींच्या दालनातून बीनचे सूर उठत होते. शरीराने धिप्पाड, वर्णाने गोरे असलेले बंदेअली महालातल्या बैठकीवर बसून एकटेच बीन छेडीत होते. बंदेअलींच्या अंगात पांढरा बुंदेली अंगरखा होता. गुलाबी कमरबंदाची गाठ आपल्या शेवानी कमरेवर शोभत होती. रुंद कपाळी तल्लीनतेची सूक्ष्म अठी उमटली होती. रेखीव भुवयांच्या खाली टपोऱ्या पापण्या मिटल्या होत्या. धारदार नाकाच्या नाकपुड्या किंचित रुंदावल्या होत्या. तुरळक पांढरी छटा दर्शविणारी खुरटी दाढी त्या रूपसंपन्न गंभीर मुद्रेला भारदस्तपणाची जोड देत होती. दोन्ही बाजूंना सारख्याच आकाराचे मोठे भोपळे असलेल्या त्या वाद्याचा, वरचा भोपळा डाव्या खांद्याच्या मागे झुकला होता. खालचा भोपळा उजव्या कमरेवर अलगद विसावला होता. उजव्या हाताची बोटे तारा छेडीत होती आणि डाव्या हाताची बोटे वेळूच्या

पोकळ दांडीवरील मेणात जखडलेल्या पडद्यांवरून लीलया फिरत होती. सारे वातावरण त्या सुरांनी भारले होते. तंतुवाद्य वाजत नसून एखादा तयार गवय्याच गात आहे असा भास होत होता.. बंदेअलींनी आपले वादन संपवले. महालात एक वेगळीच शांतता वावरत होती. एका नाजूक नि:श्वासाने त्या शांततेचा भंग केला. त्या आवाजाने खांसाहेब भानावर आले. त्यांची नजर दरवाज्याकडे वळली. दारात कोणी नव्हते. बंदेअली गडबडीने उठले. दरवाज्याजवळ जाताच तेथील दृश्याने त्यांची पावले थांबली. महालाच्या दरवाज्याशी असलेल्या फरसबंद सोप्यात, महालाच्या भिंतीला पाठ टेकून एक स्त्री बसली होती. झिरझिरित ओढणीतून तिचे मिटलेले डोळे दिसत होते. मुसलमानी सुरवार- कुडता तिने परिधान केला होता. बंदेअलींनी विचारले,

"कौन हो तुम ?"

"जी !" म्हणत त्या स्त्रीने बसल्या जागेवरून बंदेअलींकडे पाहिले. ओढणी मागे सरकल्यामुळे बंदेअलींना तिचे दर्शन घडले. सावळ्या रूपाची, कृश शरीराची ती तरुणी बंदेअलींना पाहून भानावर आली. तिच्या भावुक नजरेत भीती तरळली. गडबडीने उठत ती म्हणाली,

"मैं ऽऽ मैं —"

"कौन हो तुम ?" बंदेअलींनी परत विचारले.

"मैं ऽऽ मैं ऽऽ दासी ऽ"

"दासी ! इथं काय करीत होतीस ?"

"जी ! बीन ऐकत होते."

"माझं बीन ऐकत होतीस ?" बंदेअलींच्या ओठावर एक वेगळेच स्मित प्रकटले.

"येवढं सोपं वाटलं ते ?"

"जी !"

"मूर्ख पोरी ! या बंदेअलीचं बीन ऐकायचं जरी झालं तरी गंडा बांधावा लागतो. झाडू मारणाऱ्या दासीनं ते धाडस करू नये !"

"अस्सं !" त्या तरुणीच्या नजरेत एक वेगळीच चमक चमकली.

"काय म्हटलंस ?" बंदेअलींचा संताप उसळला.

"काही नाही ! मी जाते."

बंदेअली काही बोलणार तोच ती तरुणी म्हणाली,

"कृपा करून काही बोलू नका ! आपल्या सुरापुढे आपले शब्द बदसूर

वाटतात. जाते मी.''

त्या तरुणीने ओढणी सावरली आणि ती चालू लागली. समोरच्या बागेच्या वाटेवरून ती तरुणी भरभर जात होती. पाहतापाहता बागेच्या पलीकडच्या दालनात ती दिसेनाशी झाली. पण बंदेअलींच्या डोळ्यांसमोर ते सावळे शान्त रूप, ते भावपूर्ण डोळे तसेच दिसत होते.

सायंकाळच्या वेळी बंदेअली आपल्या दालनासमोरच्या बागेत फिरत होते. अचानक त्यांची पावले थांबली. कुठून तरी गोड गाण्याचे सूर कानांवर पडत होते. त्या आवाजात असामान्य गोडवा होता. एक निराळी आर्तता सामावली होती. न कळत त्या आवाजाच्या दिशेने बंदेअलींची पावले पडत होती. त्या आवाजाच्या नादात आपण दोन दालने ओलांडली आहेत याचेही त्यांना भान नव्हते. कानांवर स्पष्ट सूर पडत होते—

''रैन गई दीन जाय ऽऽ

रमय्याबिन रहियो न जाय''

त्या कानी पडणाऱ्या ओळींवर मुग्ध होऊन बंदेअली उद्गारले,

''वा ऽऽ ! क्या आवाज है !''

आणि त्याच वेळी सेवक धावत आले. बंदेअलींचे पुढे पडणारे पाऊल रोखले गेले. सेवकांनी अदबीने सांगितले,

''हुजूर ! या महालाच्या आवारात आपल्याला येता येणार नाही.''

''कारण ?''

''इथं गोषा आहे.''

तिकडे लक्ष न देता बंदेअलींनी विचारले,

''पण कोण गात आहे ?''

''राजगायिका चुन्ना !''

अचानक गाणे बंद झाले. बंदेअलींची नजर महालाकडे गेली. खिडक्यांच्या पडद्यांची सळसळ होत होती. अनेक चेहरे आतून पाहात असावेत असे भासत होते. नाजुक हसण्याचा आवाज उठला. बंदेअलींची खात्री पटली. ते सेवकाला म्हणाले,

''हे बघ, माझं एक काम कर.''

''पण हुजूर !—''

''तू चिंता करू नकोस. माझं काम कर. मी मुकाट्यानं माघारी जाईन.''

"जी !''

"असाच जा. चुन्नाला सांग, बंदेअली बागेत उभे आहेत. आता जे गात होतीस तेच गा.''

सेवक महाली जाऊन निरोप देऊन आला आणि त्यानंतर काही क्षणांतच महालातून एक दासी बाहेर आली. तिने ओढणी घेतली होती. ती बंदेअलींजवळ आली. तिने कुर्निसात केला आणि सांगितले,

"हुजूर, आपला निरोप महाली पोचला.''

"फिर ?''

"आपल्याला निरोप आहे.''

"काय ?''

"चुन्नाचं गाणं ऐकायचं झालं तर गंडा बांधावा लागतो असं कळवायला सांगितलं आहे !''

निरोप देऊन दासी गेली. बंदेअलींच्या डोळ्यांतली नशा उतरली.

क्षणभर त्या नजरेत संतापाची लकेर खेळली, पण दुसऱ्याच क्षणी संताप नाहीसा झाला. चेहऱ्यावर स्मित उमटले. खिडकीकडे एकवार नजर टाकून बंदेअली माघारी आले.

बंदेअली जेव्हा आपल्या महाली आले, तेव्हा त्यांचा शिष्य महालात हजर होता. बंदेअली बैठकीवर बसले. मुरादने बंदेअलींजवळ हुक्का ठेवला. बंदेअलींनी विचारले,

"साऱ्यांची व्यवस्था ठीक आहे ना ?''

"जी !''

"काही तकलीफ ?''

"जी नाही.''

बंदेअली आपल्याच विचारात हुक्का पीत होते. गुडाखूचा कडवट मादक वास महालात दरवळत होता. बंदेअलींच्या चेहऱ्यावरचा प्रसन्न भाव पाहून मुरादने विचारले,

"एक अर्ज आहे.''

"बोल...''

"दिवाणबहादूर आले होते. महाराजांनी, तबियत लागत असेल तर रात्री...''

"जरूर ! असा रसीला अन्नदाता मिळायचा नाही. महाराजांना आमचा मुजरा कळवा. त्यांना सांगा— आज्ञा होईल तेव्हा आम्ही सेवेला हजर होऊ.''

मुराद आनंदाने जायला निघाला. त्याच वेळी बंदेअलींनी सांगितले,

"बेटा, माझी सुरई आणि पेला इथं आणून ठेव."

बंदेअलींपुढे मद्याचे तबक ठेवून मुराद गेला. मद्याचा स्वाद घेत, हुक्का पीत बंदेअली लोडाला टेकून विचार करीत होते.

रात्री खासा दरबार भरला होता. मोजके निमंत्रित सरदार बैठकीला उपस्थित होते. चिकाच्या पडद्याआड राणीवशाची मंडळी स्थानापन्न झाली होती. महाराज येताच साऱ्यांचे मुजरे झाले. मुख्य जरीबैठकीवर महाराज बसले. त्या भव्य महालाच्या सुशोभित बैठकीवर बंदेअली मुरादसह उभे होते. त्यांच्यासमोर बीन ठेवले होते. महाराजांनी इशारत देताच बंदेअली वीरासन घालून बसले. बीनला वंदन करून त्यानी जुळवलेले बीन हाती घेतले. बंदेअलींचे डोळे मिटले गेले. बीनचे सूर उठत होते. त्या सुरांतून मल्हार राग साकारत होता. बीनच्या गंभीर बोलांनी साऱ्यांची मने जिंकली जात होती. काळवेळाचे भान हरपून सारे त्या नादब्रह्मात स्वत:ला विसरून गेले होते.

बंदेअलींनी बीन खाली ठेवले आणि सारे भानावर आले. महाराज आपल्या आसनावरून उतरले. बंदेअलींजवळ जाऊन त्यांनी बंदेअलींना मिठीत घेतले.

"बंदेअली, आम्ही भाग्यवान ! तुमच्या कलेला तोड नाही."

बंदेअली संकोचाने म्हणाले,

"सारं मिळालं, अन्नदाता ! सारं मिळालं."

जयाजीमहाराजांनी आपल्या गळ्यातील बहुमोल रत्नकंठी काढली अणि आपल्या हातांनी ती बंदेअलींच्या गळ्यात घातली. बंदेअलींना हाताला धरून त्यांनी आपल्या बैठकीवर नेले, आग्रहाने आपल्या शेजारी बसवून घेतले. महाराजांच्या इशारतीबरोबर दरबारी आलेले मानकरी मुजरा करून निरोप घेऊ लागले. थोड्याच वेळात दरबार सरला आणि खासगी बैठक सुरू झाली. निरनिराळ्या जातींच्या मद्यांच्या सुरया, खाद्यपेयांची तबके बैठकीत आली. महाराज आपले राजेपण विसरून बंदेअलींबरोबर बोलत होते. गप्पांना रंग चढत होता. मध्यरात्र टळली आणि बैठक उठली. बंदेअलींनी महाराजांचा निरोप घेतला.

बंदेअलींची नजर धुंदावली होती. मद्याचा असर पुरा चढला होता. तोल सावरीत, संथ पावले टाकीत बंदेअली फरसबंद सोप्यावरून जात होते. त्या प्रशस्त सोप्याच्या चिरेबंद कमानींना प्रज्वलित पलित लटकावले होते. बाहेरच्या बागेतून आलेल्या चंद्रकिरणांनी फरशीवर सावलीच्या कमानी रेखल्या होत्या.

बंदेअली आपल्याच तंद्रीत पावले टाकीत असता अचानक त्यांच्यासमोर काहीतरी पडले. बंदेअली तसेच एक पाऊल पुढे गेले, आपला तोल सावरत ते माघारी वळले. त्या फरशीवर एक नाजूक हात काहीतरी उचलीत होता. बंदेअलींनी तो हात चटकन् पकडला. त्या स्त्रीच्या पाठीवरून पडलेल्या चंद्रकिरणांमुळे तिचा चेहरा बंदेअलींना दिसत नव्हता. पकडलेल्या हाताकडे पाहात त्यांनी आज्ञा केली,

"क्या है ? दिखाव मुझे !"

तो नाजूक बोटांचा पंजा उघडला गेला. त्या मेहंदीने रंगवलेल्या हातावर पडलेल्या चंद्रकिरणांत एक चाफ्याचे फूल उठून दिसत होते.

"ये क्या ?"

"जी ! सेवा." त्या स्त्रीने सांगितले.

"मूरख कहीकीऽऽ" म्हणत बंदेअलींनी हात सोडला. चेहऱ्यावर खुशी प्रगटली होती. दोन पावले ते त्याच खुशीत चालून गेले. एकदम गंभीर होऊन वळत ते म्हणाले,

"लेकिन, तुम कौन हो ?"

पण त्याचे उत्तर द्यायला तिथे कोणी नव्हते. सारा सोपा मोकळा होता. बदेअलींनी खांदे उडवले आणि परत ते आपल्या महालाकडे चालू लागले.

दुसऱ्या दिवशी राजमहालाची वर्दी द्यायला परत मुराद आला. बंदेअलींच्या कपाळी सूक्ष्म आठी पडली, पण त्यांनी होकार दिला. बंदेअली सारा दिवस पीत होते. त्यांच्या मनाची तगमग वाढली होती. रात्री जेव्हा राजमहालाचे आमंत्रण आले, तेव्हा मुरादसह ते दरबारी गेले. महाराजांनी त्यांचे स्वागत मोठ्या प्रेमाने केले. बंदेअलींचा हात धरून त्यांना स्वत:च्या बेठकीजवळ मांडलेल्या एका खास बैठकीवर नेले. महाराज आपल्या बैठकीवर बसले. मुरादने बीन बैठकीवर ठेवले. बंदेअली आसनस्थ झाले. बंदेअलींना तो प्रकार कळत नव्हता. पण महाराजांनी ती अस्वस्थता राहू दिली नाही ते म्हणाले,

"बंदेअली !"

"जी, अन्नदाता !"

"आजची गायनसभा खास तुमच्यासाठी आम्ही भरविली आहे."

"जी, मी समजलो नाही !"

"काल तुमचे बीन ऐकल्यापासून आम्ही तृप्त झालो. आमच्या हातून

तुमचीही काहीतरी सेवा घडावी असं आमच्या मनात आलं. आज आम्ही बीन ऐकणार नाही. आमच्या दरबारचं खास गाणं आम्ही ऐकवणार आहो.''

"जी !'' बंदेअली हसले. "मैं आपका शुक्रगुजार हूँ ! लेकिन...''

"बोला.''

"जी, मैं माफी चाहता हूँ ! आता मामुली गाण्यात आमचं मन रमत नाही.''

"तेही आम्ही जाणतो. तरीही आजचं गाणं आम्ही ठरवलं आहे.''

"जशी आज्ञा.'' बंदेअलींनी मान तुकवली.

मुरादने बैठकीचा बदललेला नूर पाहून बंदेअलींचे बीन बंदेअलींजवळ आणून ठेवले व तो बंदेअलींच्या मागे उभा राहिला.

साथीदार मैफलीत आले. मुजरा करून त्यांनी बैठकीवर जागा घेतली आणि थोड्याच वेळात त्या बैठकीत चुन्नाने प्रवेश केला. तिच्या अंगात काळ्या रंगाचा छातीपर्यंत जरीकाम केलेला कुर्ता होता. पायात अरुंद विजार होती. चेहऱ्यावरून तलम वस्त्राची शुभ्र पांढरी ओढणी होती. चुन्ना बैठकीवर उभी राहताच तिने ओढणी सावरली. छातीवरून दोन्ही खांद्यांवर ओढणी विसावली. आपल्या भावुक नजरेने तिने दोघांकडे पाहिले आणि किंचित् लवून आपल्या उजव्या हाताचा पंजा नतमस्तकावर कुर्निसात करण्यासाठी ठेवला. तिच्याकडे पाहात महाराजांनी सांगितले,

"खाँसाहेब, ही आमची राजगायिका चुन्ना.''

चुन्नाने बैठक घेतली. तानपुरे एका सुरात झंकारू लागले. चुन्ना गाऊ लागली. चुन्नाचे आर्त, घायाळ सूर मनाचा ठाव घेत होते. चुन्ना तन्मयतेने गात होती—

"पानीमो मीन प्यासी, मोहे सुन सुन आवत हाँसी
आत्मज्ञानविन नर भटकत है, कहाँ मथुरा काशी।
मीरा के प्रभु गिरिधर नागर, सहज मिले अविनाशी ।।''

बंदेअली तन्मयतेने ते भजन ऐकत होते. हाच तो लोचदार, रसीला आवाज होता. याच आवाजाने बंदेअलींना मोहिनी घातली होती.

भजन संपले आणि दरबारचा रिवाज विसरून बंदेअली उद्गारले,

"सुभानाल्ला ऽऽ वा ऽऽ वाहवाऽ...''

महाराजांनी विचारले, "गाणं आवडलं ?''

"जी, बहोत !''

"पण आमची चुन्ना भक्तिगीतांखेरीज काही जाणत नाही. काही शिकलीच नाही."

"शिकावं लागतं कशाला, महाराज ! आवाज ही अल्लाची देणगी. त्याचं देणं नेहमीच मोठं असतं !"

बंदेअली उठले. त्यांनी महाराजांनी दिलेली गळ्यातली रत्नकंठी काढली. धीमी पावले टाकीत ते चुन्नाजवळ गेले. चुन्नाच्या चेहऱ्यावर स्मित उमटले होते. बंदेअली जवळ येताच तिने वंदन केले. काही न बोलता बंदेअलींनी रत्नकंठी पुढे केली. चुन्ना अदबीने म्हणाली,

"माफ करावं ! पण मिळायचं ते बक्षीस मिळून चुकलंय."

"मतलब ?" बंदेअलींनी विचारले.

चुन्नाने कमरेचा छोटा कसा काढला. तो उघडला. त्यातली वस्तू हातावर घेऊन तिने तो हात बंदेअलींच्या समोर केला. त्या हातावर सुकलेले चाफ्याचे फूल होते. बंदेअलींची नजर त्या फुलावर खिळली होती. नशा झरझर उतरत होती. क्षणात त्यांच्या मुखावर स्मित उजळले. ते बोलले,

"बरोबर आहे ! ही कंठी देऊन तुझा अपमान करण्याची आमची इच्छा नाही !"

बंदेअली माघारी आले. काय घडले हे कुणालाच कळत नव्हते. खाँसाहेब रत्नकंठीसह माघारी आले एवढेच सर्वांना दिसत होते. महाराजांनी विचारले,

"चुन्नानं कंठी स्वीकारली नाही ?"

"जी नाही."

"कारण ?" महाराजांचा संताप प्रगटला.

बंदेअली शांतपणे म्हणाले, "अर्ज आहे. संतापायचं काही कारण नाही. माझा अपमान मुळीच झाला नाही. उलट, ही कंठी नाकारून तिनं माझा जो सन्मान केला त्याला तोड नाही. आपल्या दरबारचे कलावंत मोठे रसिक आहेत... अन्नदाता, त्याचं मला मोठं कौतुक वाटलं !"

बंदेअलींची प्रसन्न मुद्रा पाहून महाराजांचा राग निवळला. एक वेगळीच तृप्ती घेऊन त्या रात्री बंदेअली आपल्या महाली परतले.

दुसऱ्या दिवशी बंदेअली बागेत फिरत असता, एकाएकी त्यांच्या कानांवर गोड आवाजाची लकेर आली. समोरच्या महालातून आवाज उठत होता—

ज्या संग मेरा न्याहा लगाया ।

बाकू मैं धुंडत जाऊंगी ॥

बंदेअली सायंकाळी बागेत आले की, त्यांना गाणे ऐकायला मिळत असे. संध्याकाळ कधी होते इकडे बंदेअलींचे लक्ष नकळत खिळत असे.

दिवस उलटत होते आणि चक्री मैफलीचा दिवस नजीक येत होता.

मैफलीचा दिवस उजाडला. गोरखीतल्या खास सभागृहात मैफल आयोजित केली होती. सभागृह शृंगारण्यात आले होते. चक्री मैफलीत भाग घेणाऱ्या कलावंतांसाठी, त्यांच्या इतमामाप्रमाणे भारी बैठका मांडल्या होत्या. बैठकीच्या अग्रभागी महाराजांची जरीलोडतक्क्यांनी, गिर्द्यांनी सजलेली खाशी बैठक सर्वांच्या नजरेत येत होती. दरबारी सारे सरदार, मानकरी, संगीताचे शौकिन आमंत्रणानुसार हजर झाले होते. मैफलीचे कलावंत आपापल्या आसनांवर बसले होते. सारे महाराजांची वाट पाहात होते. महाराज आले. सारा दरबार परत स्थानापन्न झाला.

चक्री मैफल सुरू होत असल्याची दिवाणांनी घोषणा केली. प्रत्येक कलावंताला ठराविक वेळ दिल्याचे सांगण्यात आले. चक्री मैफलीचा पहिला मानकरी कोण उठतो इकडे सर्वांचे लक्ष लागले होते. महाराजांनी बंदेअलींकडे पाहिले. बंदेअलींनी मान तुकवली. मुरादसह ते कलावंतांच्या बैठकीकडे चालू लागले. साज जुळला. बंदेअलींनी साज तोलला आणि महाराजांनी विचारले,

"खाँसाहेब, साथ नको ?"

"मिळाली तर उत्तम आहे महाराज." बंदेअली म्हणाले.

महाराजांची नजर दरबारवरून फिरली आणि कुदोसिंग उभे राहून मुजरा करते झाले. कुदोसिंग म्हणजे प्रख्यात पखवाजिये. बंदेअलींपेक्षा वयाने मोठे. कुदोसिंग उठलेले पाहताच बंदेअलींनी साज खाली ठेवला. ते गडबडीने उठले. कुदोसिंगांपुढे मान झुकवून ते म्हणाले,

"माझ्या मामुली बीनला आपण साथ करता ही मी अल्लाची कृपा समजतो."

कुदोसिंग पखवाजासह साथीला बसले. बंदेअलींनी बीन उचलले. पडद्याचा अंदाज घेणारी लांबसडक बोटे पडद्याला तारेसह स्पर्श करती झाली. उजव्या हाताच्या प्रथम बोटाने विश्वासाने तार छेडली आणि एक अलौकिक सूर मैफलीत उठला. बंदेअली ललत जोड छेडीत होते. मध्यम असा लागे की, आयुष्यभर याचीच जोड असावी असे वाटे. विलंपत संपले आणि खाँसाहेबांनी गत सुरू केली. कुदोसिंग पखवाज वाजवत होते. सारी सभा डोलत होती.

कुदोसिंग भान हरपूर दाद देत होते. बंदेअलींचे बीन ऐकताऐकता कुदोसिंगांचे भान पुरे हरपले. त्यांचे हात नकळत थांबले. बंदेअलींना पखवाज थांबल्याचे कळत नव्हते. ते एकाग्र चित्ताने बीन वाजवीत होते. कुदोसिंग ऐकत होते.

जेव्हा बंदेअलींचे बीन थांबले, तेव्हा साऱ्या मैफलीतून स्तुतीचा जल्लोश उसळला. कुदोसिंग पाणावलेल्या डोळ्यांनी बंदेअलींच्या पाठीवर हात ठेवीत म्हणाले,

"जीवो बेटा ! जीवो !"

महाराज आसन सोडून उठले. त्यांच्या चेहऱ्यावरचा आनंद लपत नव्हता. बंदेअली उठून उभे राहिले. बंदेअलींना महाराज म्हणाले,

"बंदेअली, तू धन्य आहेस ! तुझी कला असामान्य आहे. वेळकाळाच्या बंधनात कला रमत नाही हे तुझ्या वादनानं सिद्ध केलं आहेस. बोल बंदेअली, तुला काय हवं ?"

"अन्नदाता, तुम्ही कौतुक केलंत; सारं मिळालं."

"नाही बंदेअली, आज हे उत्तर चालणार नाही. तुला काही तरी मागावंच लागेल."

"अन्नदाता, मागणं सोपं, देणं अवघड."

महाराज त्याच विश्वासाने बोलले,

"खाँसाहेब ! हा आमचा शब्द आहे, तो खाली पडायचा नाही... माग."

"मागू ?" बंदेअलींनी खाँसाहेबांच्या नजरेला नजर दिली.

"महाराज, कलावंताचा दिमाख भारी तेज असतो ! सामान्यावर त्याची नजरही जात नाही अन् असामान्य गोष्ट माणसाला द्यायला जमत नाही."

"पाहू तर खरं." महाराज त्याच विश्वासाने बोलले, "तुला हवं ते माग... धनदौलत, सन्मान... खुद्द आम्हीसुद्धा. निदान या निमित्तानं तरी आम्हांला आमच्या दारिद्र्याची आठवण येईल. आमचा ऐश्वर्याचा दिमाख उतरेल."

"मागू ?"

"हां हां, बेलाशक !"

बंदेअलींची नजर चिकाच्या पडद्याकडे गेली, तिकडे बोट दाखवून बंदेअली म्हणाले,

"महाराज, द्यायचं झालं तर एकच मागणं आहे. आपल्या दरबारची दासी राजगायिका चुन्ना ! ती मला दिलीत तर मी माझं भाग्य समजेन."

बंदेअलींच्या मागणीने सारी मैफल थक्क झाली. खुद्द महाराजांची मान

खाली झुकली. स्वत:ला सावरीत ते म्हणाले,

"खाँसाहेब, दुसरं काहीही मागितलं असतंत तरी मी आनंदानं दिलं असतं. पण चुन्ना ? अशक्य !"

"का ?"

"खाँसाहेब, निदान आपल्या वयाकडे तरी बघा. आपलं वय केवढं मोठं; चुन्ना केवढी लहान !"

"मोहोब्बत वय जाणत नाही. अन्नदाता."

महाराजांना हसू आवरणे कठीण जात होते. ते गंभीरपणे म्हणाले,

"तेही मान्य ! पण मोहोब्बत एकेरी नसते. ती दुहेरी असते. खाँसाहेब, चुन्ना नुसती दरबारची गायिका नाही. ती मुलीसारखी या जागी वाढली. गाण्यासाठी माणसांचा सौदा करण्याइतका मी अरसिक नाही."

"चुन्नानं संमती दिली तर ?"

बंदेअलींच्या धिटाईने सारा दरबार चकित झाला. महाराज उद्‌गारले,

"असंभव."

"महाराजांनी चुन्नाला विचारावं. तिचा नकार असला तर, मी अर्ज मागं घेईन."

"जरूर. आम्ही विचारू."

महाराज आत गेले, चुन्नाला सामोरे बोलावण्यात आले. महाराजांनी विचारले,

"चुन्ना, तू सारं ऐकलं आहेसच. माझी सक्ती नाही. जो निर्णय घेशील तोच आम्ही पक्का करू.... बोल."

चुन्नाने महाराजांचे पाय शिवले. बसल्या जागेवरून ती म्हणाली,

"ते मी माझं भाग्य समजेन."

महाराज समजायचे ते समजले. ते दरबारी आले. दरबारची उत्कंठा शिगेला पोचली. बंदेअली महाराजांकडे पाहात होते.

"खाँसाहेब, माझा पराभव झाला ! तुमचा अंदाज खरा उठला. कलेच्या राज्यात वयाचा हिशोब नसतो हे तुम्ही सिद्ध केलंत. चुन्ना आजपासून तुमची आहे. शाही खर्चानं तुमचा निका आज लावण्यात येईल."

बंदेअली आणि चुन्ना यांचा निका मोठ्या थाटात पार पडला. बंदेअलींच्या निवासाला वरात वाजत गाजत निघाली. बंदेअलींचे वय पन्नाशीच्या पुढचे तर चुन्ना सतराअठरा वर्षांची. त्यांची पहिली रात्र कशी साजरी होते याची दरबारच्या

अनेक आंबटशौकिनांना काळजी होती. बंदेअलींच्या शयनगृहाला गुप्त झरोके ठेवण्याची त्यांनी व्यवस्थाही करून ठेवली होती. एवढेच नव्हे तर, काही अतिउत्साही, वरात येण्याआधीच घराच्या छपरावर चढून खापऱ्या बाजूला सरकावून चुपचाप बसून राहिले होते !

वरात आली. नवरानवरीने घरात प्रवेश केला. हळूहळू थट्टा विनोद सरला. सर्वांनी मिस्किल भावाने निरोप घेतला. बंदेअली फुलांनी सुगंधित झालेल्या, फुलांच्या माळांनी सजलेल्या शय्यागृहात चुन्नाची वाट पाहात होते. चुन्नाने महालात प्रवेश केला. शयनगृहाचे दरवाजे आतून बंद झाले. बंदेअलींनी आपल्या अंगातली शेरवानी उतरली. लाजून उभ्या असलेल्या चुन्नाजवळ ते गेले. हलक्या हातांनी त्यांनी फुलांच्या लड्या दूर केल्या. चुन्नाची नजर जमिनीकडे लागली होती. चुन्नाचे रूप निरखीत असता बंदेअलींच्या मुखातून उद्‌गार निघाला,

"चुन्ना !"

चुन्नाचा हात धरून बंदेअली बैठकीवर बसले. ते चुन्नाचे लाजरे रूप निरखीत होते. ते एकदम मोठ्याने हसले.

"चुन्ना, शादी झाली म्हणून बोलू नये असं थोडंच आहे ?"

चुन्नाच्या चेहऱ्यावर हसू उमटले. ते पाहून बंदेअली म्हणाले,

"चुन्ना, तू पाळला नसलास तरी, आम्ही तुझा शब्द पाळला."

"जी ?" चुन्नाने प्रथमच बंदेअलींकडे पाहिले.

"तू निरोप पाठविला होतास. विसरलीस वाटतं ! आठवतं ? तुझं गाणं ऐकायचं झालं तर गंडा बांधावा लागतो. मी तर शादी करून मोकळा झालो !"

चुन्ना प्रथमच मोकळेपणे हसली. बंदेअलींनी विचारले,

"चुन्ना, त्या दिवशी तू काय गात होतीस ?"

चुन्ना बोलून गेली. "रमैय्या बिन रहियोऽ न जाय..."

"तेच ते ! आज म्हणशील का ? आज आपल्या शादीची रात्र ! वाटतं— तू गावंस, मी बीन छेडावं."

"जी."

बंदेअलींनी बीन जुळवले. मद्याची सुरई बैठकीवर आणून ठेवली. चुन्नाचा तानपुरा जुळवून तिच्या हाती दिला आणि चुन्ना गाऊ लागली—

"रमैय्याबिन रहियो न जाय
खानपान मोको फिकोसो लागे

रैन गई दिन जाय ॥१॥
मीरा कहे हे प्रभु तुम मिलियेबिन
तरस तरस तन जाय ॥२॥''

एक भजन सरले की, बंदेअली दुसरे म्हणण्याचा आग्रह करीत.

बंदेअली बीनची साथ करीत होते. सुरांत हरवलेल्या त्या दोघांनाही वेळेचे भान नव्हते. शयनगृहातला हा प्रकार चोरून पाहणारेही हेतू विसरून आतले दृश्य पाहात होते. पहाट झाली. कोंबडा आरवला. उजाडू लागले. उगवत्या दिवसाची किरणे छपरावर पडली आणि छपरावर बसलेल्या मंडळींकडे रस्त्यावरच्या वर्दळीचे लक्ष गेले. घराभोवती होणाऱ्या वाढत्या गर्दीने छपरावरचे लोक भानावर आले.

चुन्ना बंदेअलींच्या जीवनात आली आणि बंदेअलींना जीवनाचे सर्वस्व सापडले. संसाराचा एक डाव बंदेअलींनी एकदा अनुभवला होता. पण तिथे सापडले नाही ते या दुसऱ्या संसारात त्यांना मिळाले. बंदेअलींनी बीन छेडावे आणि त्या तंतुवाद्यातून निघणाऱ्या अवघड आलापी, चुन्नाने सहीसही गळ्यातून उतराव्या हा दोघांना छंदच जडला. मद्याची नशा आणि चुन्नाची साथ यात बंदेअली स्वत:ला पुरे विसरून गेले. नुसत्या भक्तिसंगीतात रमलेली चुन्ना बंदेअलींच्या सहवासात घरंदाज गायिकेचा लौकिक मिळवून मोकळी झाली. इंदूर, धार, देवास, जयपूर, जोधपूर या राजदरबारी चुन्ना-बंदेअलींची जोडी परिचित झाली.

इंदूरच्या रसिक मंडळींच्या आग्रहास्तव बंदेअली चुन्नासह इंदूरला आले होते. इंदूरच्या त्या मैफलीत दोघांनी अजोड रंग भरला. सारी मैफल तृप्तीचे नि:श्वास टाकीत असता, त्या मैफलीला मुंबईहून आलेल्या नारायणबुवांना बंदेअलींनी सहज विचारले,

''बुवासाहेब, गाणं कसं वाटलं ?''

निर्विकार बुवा बोलून गेले, ''इंदुरातलं गाणं म्हणून ठीक आहे.''

''मतलब ?'' बंदेअलींच्या कपाळावर आठी पडली.

''खाँसाहेब, खरं सांगितलं तर आपल्याला वाईट वाटेल.''

''कहो.... असं अर्धवट बोलण्यापेक्षा साफ साफ बोलणंच बरं !''

''गाणं आवडलं, पण त्या गाण्याची सर नाही.''

''कुठल्या गाण्याची ?''

“आमच्या मुंबईला कृष्णाबाई गाते. वा ऽऽ ! काय आवाज, काय तयारी ! असलं गाणं पासंगालाही लावू नये.”

“अच्छा ! ये बात है ?” बंदेअली हसले.

“खोटं वाटतं ?” बुवाही ईर्ष्येला पडले. “तयारी असेल तर पाहा. मी चुन्नाचा अन् तिचा सामना ठरवतो.”

बंदेअलींना तो चुन्नाचा अपमान वाटला. चुन्ना बंदेअलींची पत्नीच नव्हती, ती बंदेअलींची शिष्या पण होती. बंदेअलींनी मेहनतीने तिला शिकवले होते. बीनचे सर्व बारकावे आणि ठोस स्वरांचा भरीवपणा तिने सहीसही उचलला होता. बंदेअलींनी ते आव्हान स्वीकारले. गाणे ठरले आणि बुंदेअली चुन्नासह मुंबईला आले.

कृष्णाबाई कोल्हापूरकरणीचे नाव मुंबईत सर्व रसिकांना परिचित होते. रूप आणि आवाज या दोन्ही ईश्वरी देणग्या तिला मिळाल्या होत्या. कृष्णाबाईंच्या घरी सारे रसिक गोळा झाले होते. बंदेअली चुन्ना-मुरादसह आले. कृष्णाबाईंनी दोघांचे यथोचित स्वागत केले. चुन्ना रूपाने सावळी, रेखीव असली तरी, कृष्णाबाईंचे रूप असामान्य. त्याहीपेक्षा तिचा स्वभाव मानी. बंदेअलींना ती मानत होती; पण चुन्नाला मानायला ती तयार नव्हती. मैफल कुणी सुरू करावी यावर वाद सुरू झाला. चुन्नाचे गाणे आधी होऊन जावे. नंतर कृष्णाबाईंचे गाणे मनसोक्त ऐकावे असा निर्णय रसिकांचा पडला.

हा सारा प्रकार पाहात असता, सदैव मद्याने आरक्त असलेले बंदेअलींचे डोळे आणखी आरक्त बनले. आपला संताप कष्टाने आवरून, ते चुन्नाच्या कानात काही तरी कुजबुजले. चुन्नाने आनंदाने होकार दिला. हत्यारे जुळवून चुन्ना गायला बसली आणि साथीला स्वत: बंदेअली वीरासन घालून तयार झाले. सारी सभा तटस्थ होती. झंकारणाऱ्या तानपुऱ्याच्या नादातून, बीनचा अलौकिक आवाज उमटला. बीनचे स्वर्गीय सूर ऐकत असतानाच, त्यातून चुन्नाचा सूर केव्हा उमटला हेही कुणाच्या ध्यानी आले नाही. बंदेअलींनी एखादी कल्पना बीनवर उभी करावी व चुन्नाने ती जशीच्या तशी फिरून गळ्यातून ऐकवावी असा प्रकार सुरू झाला. गुरुशिष्यांत रचलेले ते नाटक होते, पण श्रोते त्यात केव्हाच घायाळ झाले होते. चुन्नाचे गाणे संपले. बंदेअलींनी विश्वासाने साऱ्या मैफलीकडे पाहिले. दाद देण्याचेही भान कुणाला उरले नव्हते.

आपल्या डोळ्यांत गोळा झालेले आनंदाश्रू कृष्णाबाईने बोटांनी निपटले. भर मैफलीत तिने चुन्नाला मिठी मारली आणि मोकळ्या मनाने आपला पराजय कबूल केला. बंदेअलींची क्षमा मागितली. त्या प्रकाराने बंदेअलींचा राग निवळला. हसून म्हणाले,

"कृष्णाबाई, एकदा गुन्हा केलात खरा. शिक्षा भोगलीच पाहिजे !"

"आपण दिलेली शिक्षा वरदान मानते मी." कृष्णाबाई त्याच विश्वासाने म्हणाल्या.

"ठीक है ! आम्ही एवढ्या दुरून आलो ते आमचा दिमाख दाखविण्यासाठीच नव्हे.... तुमचं गाणं आम्हांला ऐकायचं आहे."

"पण एक शर्त आहे." कृष्णाबाईंनी अट घातली.

"कहो !"

"चुन्नाबाईंनी साथ करावी."

"जरूर !" बंदेअली मोकळेपणाने म्हणाले. "चुन्नाच काय, पण आम्हीसुद्धा साथ करू."

मैफलीचे रूप पालटले. कृष्णाबाई चुन्नासह गायला बसल्या. बंदेअली साथ करीत होते. तीन श्रेष्ठ कलावंत एकमेकांचे कौतुक करण्यात सारी मैफल विसरून गेले होते.

चुन्नाच्या वाढत्या लौकिकाबरोबर बंदेअलींचे समाधान वाढत होते. अनेक मैफली ठरवल्या जात होत्या. आणि असेच बंदेअली इंदूरला आले असता, चुन्ना आजारी पडली. तिच्या मस्तकी व्रण झाला. व्रण दिवसेंदिवस खोल जात होता. इंदूरच्या हकीम-वैद्यांचा काही इलाज चालेना. ग्वाल्हेर, लखनौ, दिल्ली, अहमदाबाद, कलकत्ता, मुंबई ही सारी शहरे बंदेअलींनी चुन्नासह पालथी घातली. पण रोग बरा होत नव्हता. कशाने गुण पडत नव्हता. बंदेअलींची बेचैनी वाढत होती. बीनवर हात टिकत नव्हता. नशा आठवत नव्हती. चुन्नाने दिलेला धीर मनाला पुरत नव्हता. एके दिवशी कुणी तरी पुण्याच्या मेहेंदळे वैद्यांचे नाव सुचवले. मेहेंदळे वैद्यांचा हातगुण नामांकित होता. बंदेअलींच्या मनात परत आशेची पालवी प्रगटली. इंदूरहून पुण्याला जायची तयारी सुरू झाली. प्रवासाने व रोगाने थकलेली चुन्ना बंदेअलींना म्हणाली,

"थोडे का डॉक्टर-वैद्य-हकीम झाले ! हा वैद्य काय करणार ?"

"असं बोलू नकोस, चुन्ना !" बंदेअली कळवळले. "शेवटचा प्रयत्न

म्हणून एवढं करू. अल्ला नक्की यश देईल.''

चुन्ना खिन्नपणे हसली. त्या निराश हसण्याने बंदेअलींचे मन कळवळले.

''चुन्ना, मी सांगतो त्यावर विश्वास ठेव. आयुष्यात मी नुसती संगीत साधनाच केली नाही ! अजमीरच्या बाबाची कृपाही संपादन केली आहे. त्याचा आशीर्वाद कमी पडायचा नाही; तो जरूर यश देईल.''

''अल्लानं खूप यश दिलं. तुमची जोड दिली. आणखी काय द्यायचं ? फक्त माझी एकच इच्छा आहे....''

''कोणची ?''

''तुमच्या आधी मी जावं. ज्या जगात तुम्ही नाही, बीन नाही, तिथं कोण राहणार ?''

''चुन्ना !'' बंदेअलींच्या डोळ्यांत अश्रू उभे राहिले.

''राहिलं ! आपण जाऊ पुण्याला.'' चुन्नाने संमती दिली.

बंदेअलींनी मेहेंदळ्यांची जी तारीफ ऐकली होती ती अतिशयोक्ती नव्हती. बापूसाहेब मेहेंदळे, अप्पाशास्त्री वैद्य आणि बाळशास्त्री माटे हे त्या काळचे पुण्यातील प्रख्यात वैद्य. बाळशास्त्री शास्त्रज्ञ होते. अप्पाशास्त्री औषधे बनविण्यात तज्ज्ञ होते. त्यामुळे त्यांना सिद्धरसायनी म्हणतात. पण मेहेंदळ्यांचा लौकिक धन्वंतरी म्हणून होता. सकाळी सूर्योदयानंतर त्यांचा दरवाजा उघडे. माध्यान्हीपर्यंत ते रोगी तपाशीत. स्वतःला बसायला एक घोंगडी व समोर रोग्यासाठी एक घोंगडी यांखेरीज दुसरा सरंजाम नसे.

बंदेअली पुण्यात आले. सकाळी बापूसाहेब मेहेंदळ्यांच्या दारी चुन्नासह हजर झाले. अनुक्रमाने रोगी तपासले जात होते. चुन्नाचा क्रम आला. बंदेअली चुन्नासह सदरेवर आले. डोक्याला पगडी, जाड भुवया, कपाळी केशरी गंध लावलेली बापूसाहेबांची करारी मुद्रा. आपल्या भेदक नजरेने ते घोंगडीवर बसलेल्या चुन्नाकडे पाहत होते. बापूसाहेबांनी विचारले,

''नाव ?''

''बंदेअली—'' बंदेअलींनी सांगितले.

बापूसाहेबांची संतप्त नजर बंदेअलींच्याकडे वळली.

''रोगी तुम्ही, की ही ?'' बापूसाहेबांनी विचारले.

बंदेअली गडबडीने सांगते झाले, ''हिचं नाव चुन्ना.''

काही न बोलता बापूसाहेबांनी व्रण पाहिला. आजवरची सारी हकीकत

ऐकली. बापूसाहेबांच्या चेहऱ्यावर आनंद प्रकटला होता. रोगी पाहून होताच ते म्हणाले,

"हा व्रण बरा करायचा एवढंच ना काम ?"

"जी ! बरा होईल ?" बंदेअलींनी आशेने विचारले.

"बरा होणार नसता, तर इथं कशाला आला असतास ?" बापूसाहेबांची परत मिजास बिघडली.

"आपले उपकार होतील..." बंदेअली म्हणाले.

"उपकार कसले ? मी काय फुकट औषध देत नाही. मी रोगी बरा करीन, पण किंमत भारी पडेल !"

"मागाल ते देईन मी...." बंदेअली बोलून गेले.

"एवढा श्रीमंत आहेस ?"

"जी नाही ! पण हाती बीनचं कसब आहे... अल्लानं दिलेलं. घरोघरी बीन वाजवीन, भीक मागेन, पण आपली छदाम बुडवणार नाही."

"ठीक आहे ! उद्यापासून औषध सुरू करू."

"पण आपली बिदागी ?"

"ते नंतर पाहू."

"किती दिवस लागतील ?"

"फार लागायचे नाहीत. तीन महिन्यांत ही बरी होईल. औषध देणं वैद्याचं काम असतं, पण गुण परमेश्वराच्या आशीर्वादानं येतो. त्याची आराधना करा. लवकर बरं वाटेल."

बंदेअली चुन्नासह पुण्यातल्या कसब्यात घर घेऊन राहिले. बापूसाहेब मेहेंदळ्यांचे औषध सुरू झाले. चुन्नाला आराम पडू लागला. बंदेअली शेख सल्ल्याच्या दर्ग्यात सायंकाळी सेवेला जाऊ लागले. मेहेंदळ्यांच्या हाताला खरेच यश दिसू लागले. तीन महिन्यांत चुन्ना बरी झाली. एके दिवशी बंदेअलींना मेहेंदळ्यांनी चुन्ना बरी झाल्याचे सांगितले. बंदेअलींचा आनंद मनात राहीना. त्यांनी चटकन मेहेंदळ्यांचे पाय धरले.

"अरे, हे काय करतोस ? कलावंतानं एवढं विनम्र होऊ नये !" बापूसाहेब म्हणाले, "पाय धरलेस म्हणून बिदागीत छदाम कमी होणार नाही."

"अर्ज आहे..." हात जोडून बंदेअली म्हणाले, "छदाम कमी न करता बिदागी वाढवता येईल तेवढी वाढवावी !"

“असं म्हणतोस ?” मेहेंदळे विचारात पडले. “त्याचाच विचार करतोय.”

बंदेअली बिदागीचा आकडा ऐकण्यास आतुर होते. काही क्षण तसेच गेले. बापूसाहेबांच्या चेहऱ्यावर हसू उमटले. ते म्हणाले,

“बंदेअली, वैद्यसुद्धा रसिक असतो. किंबहुना वैद्याइतका रसिक कोणीच नसतो. सांगितलं तर आश्चर्य वाटेल, आम्हीसुद्धा कछवा, सतार छेडतो. करमणुकीसाठी आमचा मोकळा वेळ आम्हांला सांगता येत नाही. आम्ही जेव्हा तुम्हांला निरोप पाठवू तेव्हा, तुम्ही आमच्याकडं यायचं आणि आम्हाला मनसोक्त बीन ऐकवायचं. आमच्या परवानगीखेरीज पुणे सोडायचं नाही. हीच माझी बिदागी... आहे कबूल ?”

बंदेअली आश्चर्याने मेहेंदळ्यांकडे पाहत होते. ती बिदागी आनंदाने मान्य करून बंदेअली घरी परतले. चुन्नाच्या आजारात चिंतातुर बनलेल्या बंदेअलींच्या मनाला एकदम दिलासा मिळाला. चुन्ना परत गाऊ लागली. बंदेअली बीन छेडू लागले. चुन्नाला आणि मुरादला बंदेअली मोकळ्या मनाने शिकवीत होते. त्यात रमत होते. मद्याच्या धुंदीत आणि संगीताच्या कैफात बंदेअलींचे जग सामावून गेले. मैफलीत त्यांचे मन रमेनासे झाले. हक्काने बीन ऐकवण्याची ताकद फक्त बापूसाहेब मेहेंदळ्यांच्या घरीच राहिली.

बंदेअलींचा नवा रियाज पाहून मुराद मात्र चिंतातुर झाला होता. दिवसेंदिवस घरचे दारिद्र्य वाढत होते. संगीतसाधनेत भान विसरलेल्या बंदेअली-चुन्नांना त्याची जाणीवही होत नव्हती. देण्यापायी घरातली चीजवस्तू, भांडीकुंडी घराबाहेर पडत होती. अशा अवलियांना सोडून जाण्याचेही धार्ष्ट्य मुरादला होत नव्हते... घर मोकळे झाले आणि देणी वाढली, त्याची चिंता फक्त मुरादलाच होती. गुरु-आज्ञा झाली नसल्याने मैफलीत बीन वाजवण्याचा त्याला हक्क प्राप्त झाला नव्हता. देणेदारांना थोपवून धरीपर्यंत मुरादचा जीव अर्धा होत असे.

तो दिवस परीक्षेचाच होता. घरात शिजवायला काही नव्हते. वाण्याने उधार देण्याचे साफ नाकारल्याने हातात रिकामी थैली, झोळी आणि मनात वाण्याचे अपशब्द घेऊन भर उन्हांतून संतप्त मुराद घरी आला. घराच्या दाराशीच मुरादचे पाऊल थांबले. त्याने दरवाजा हळुवारपणे उघडला. आतल्या खोलीतून आवाज येत होता— बीन आणि सूर यांचा झालेला मिलाफ ! सारे अंग मोहरत होते. मुराद कष्टाने भानावर आला. मुद्दाम पाय वाजवीत तो आत

गेला. सैपाकघरातून एक वाटी घेऊन मुराद बैठकीच्या खोलीत आला. चुन्ना तानपुरा घेऊन गात होती. बीन वाजवीत बंदेअली शिकवीत होते. मुरादने बंदेअली-चुन्ना यांच्यामध्ये रिकामी वाटी ठेवली ! मुरादच्या त्या वागण्याने रियाज थांबला. रिकाम्या वाटीकडे पाहत बंदेअलींनी रागाने विचारले,

"मुराद ! ही कसली थट्टा !"

"थट्टा नाही !" मुराद धीर करून बोलला, "संगीतानं वाटी भरते का पाहतोय."

"मतलब ?"

"साफ आहे ! आपल्याला पिणं आणि वाजवणं यांखेरीज काही सुचत नाही. घरात अन्नाचा कण नाही, हे पण पाहत नाही. बीन वाजवून, गाणे म्हणून पोट भरतं की नाही ते पाहतोय."

"मुराद..."

"क्षमा, आब्बा ! आजवर हे बोललो नाही; पण आता सहन करायची ताकद माझ्याजवळ राहिली नाही. या खर्चापायी सारं मोकळं झालं. मैफल तर नावाला राहिली नाही. आपण मला परवानगी दिली असती तर, हवं तिथं फिरलो असतो. बीन वाजवून सर्वांचीच पोटं भरली असती."

मुराद बोलत होता. त्यातले प्रत्येक अक्षर खरे आहे हे बंदेअली जाणत होते. त्यांची मान झुकली होती. मुरादचा संताप कसा आवरावा हे चुन्नाला कळत नव्हते. बंदेअलींनी काही क्षणांनी मान वर केली. सारा संताप गेला होता. चेहरा व्यथित बनला होता.

"हां बेटा ! खरं आहे तुझं. बुढापा आला ना ! माझ्या ध्यानी आलं नाही. पण त्यासाठी तुला मैफली करायचं काही कारण नाही. अस्सल आंबादेखील पिकल्याखेरीज बाजारात नेता येत नाही. बेटा, तू काळजी करू नकोस... मी एवढ्यात येतो."

बंदेअलींनी आपले बीन उचलले आणि कुणाच्या ध्यानी यायच्या आत भर उन्हातून ते घराबाहेर पडले. बसल्या जागी मुराद-चुन्ना आपले अश्रू टिपीत होते.

बऱ्याच वेळाने बंदेअली परत आले. उन्हामुळे चेहरा लालबुंद बनला होता. चेहऱ्यावर घाम डवरला होता. बंदेअलींनी बीन ठेवले आणि ते आपल्या बैठकीवर बसले. एकापाठोपाठ दोन पेले मद्य त्यांनी घेतले. मुराद-चुन्ना भयभीत होऊन पाहत होती. बंदेअलींची नजर मुरादकडे गेली.

"मुराद, पाहतोस काय ? घरातल्या थैल्या, लहानमोठी भांडी... जे

असेल ते घेऊन कोपऱ्यावरच्या वाण्याकडे जा. तुला हवं ते सारं तो देईल.''

मुराद चकित झाला. त्याचा कानांवर विश्वास बसत नव्हता. मुरादने धीर करून विचारले,

''पण त्याला काय दिलंत ?''

''काय दिलं ?'' बंदेअलींनी वर पाहिले. त्यांचे डोळे भरून आले. ''काय दिलं नाही ते विचार ! अरे, त्याच्या दुकानासमोर रस्त्यावर, जमिनीवर बसून बीन वाजवलं. शेखसल्ल्याची हजेरी वाण्याच्या दुकानासमोर ह्या पोटासाठी लावली. खूप मजा आला बेटा ऽऽ खूप !''

बोलता बोलता बंदेअलींच्या गालांवरून अश्रू निखळले. बंदेअली हसत होते आणि मुराद बंदेअलींचे पाय पकडून रडत होता.

बंदेअलींनी मुरादला सावरले. मुरादने वर पाहिले. डोळ्यांतले अश्रू थोपवून बंदेअली हसत होते. ते म्हणाले,

''बेटा, रडू नकोस. हे होणारच होतं. आयुष्यात मिजास काय थोडी केली म्हणतोस ? एक किस्सा सांगतो तुला.. एकदा निजामाचं आम्हांला आमंत्रण आलं होतं. बैठक खाजगीच होती. खुद्द निजाम सामोरे बसले होते आणि आम्ही बीन छेडीत होतो. तोंडात मस्तपैकी विडा जमला. वाजवता वाजवता मधेच पिंक टाकण्याची लहर आली. मी पाहिलं- निजामांची सोन्याची पिकदाणी समोर होती. आम्ही ती पिकदाणी उचलली व त्यात पिंक टाकून मोकळे झालो !''

बंदेअली ह्या आठवणीने मोकळेपणी हसले.

''सारा नोकरवर्ग आमच्या वागण्यानं चुळबुळला. पण आमची चूक आमच्या ध्यानी आली नाही. आमचं बीनवादन संपलं. निजामानं आम्हांला पाच हजार बिदागी दिली. निजामांचा निरोप घेऊन आम्ही राजवाड्याच्या दाराशी आलो, तोच एक सेवक ती सोन्याची पिकदाणी घेऊन धावत आला. आम्हांला म्हणाला,

''खाँसाहेब ! आपल्याला ही पिकदाणी दिली आहे.''

''अं ?''

''अला हजरतांच्या या पिकदाणीत आपण थुंकल्यामुळे ती नापाक झाली आहे. तेव्हा ती हुजुरांनी आपल्याला दिली आहे.''

आम्ही ती पिकदाणी घेतली. सारी मिजास उफाळून आली. जवळून एक दासी जात होती. तिला आम्ही हाक मारली. तिच्या हातात ती पिकदाणी देत आम्ही म्हणालो,

''ज्यात तुझे अला हजरत थुंकतात ती पिकदाणी तुला घे. तूही यात थुंकत चल !' एवढंच नव्हे तर, त्या पिकदाणीबरोबरच पाच हजार रुपयेही आम्ही फकिरांना वाटून टाकले.''

बंदेअलींनी निःश्वास सोडला. मुरादच्या खांद्यावर हात ठेवीत ते म्हणाले, ''ती मिजास नडते बाबा ! या जगात ती जतन करणं एवढं सोपं नाही.''

दिवस जात होते. एके दिवशी काशीहून एक पत्र अचानक आले. हे पत्र वाचून मुरादला फार आनंद झाला. ते पत्र म्हणजे परमेश्वरी वरदान वाटले. शहाउद्दीन नावाचे एक नबाब बंदेअलींचे चाहते होते. बंदेअलींचे बीन ऐकण्यासाठी अनेक वेळा ग्वाल्हेर-इंदूरला आले होते. संपत्तीची खैरात करणारा त्यांच्यासारखा दाता नव्हता. ते नबाब आजारी होते. थकले होते. बंदेअलींचे बीन ऐकण्याची त्यांची उत्कट इच्छा होती. घरचे दारिद्र्य दूर करणारी ती संधी मुरादने घ्यायचे ठरवले. चुन्नाला त्यासाठी भरीला घातले.

बंदेअलींना जेव्हा ते आमंत्रण समजले, तेव्हा नेहमीची सबब त्यांनी सांगितली.

''बेटा, ठीक है, नबाबसाहेबांना आमचा मुजरा कळव. आता वय झालं म्हणावं. प्रवासाची दगदग सोसायची नाही.''

''एक विनंती आहे.''

''बोल !''

''नबाबांनी आपल्यावर भारी प्रेम केलं. त्यांचे उपकार फार आहेत. असा गुणीजनांचा चाहता हुडकून सापडायचा नाही.''

''एकदम दुरुस्त ! राजा माणूस हो. बेटा, त्या नबाबामुळं जीवनातले काही दिवस फार सुखाचे गेले.''

''मग ते आसन्नमरण असता त्यांची विनंती अव्हेरू नये.''

''अं ?'' बंदेअली विचारात पडले.

''आपण जावं,'' चुन्नाने साथ दिली. ''आपण गेला नाहीत तर, फार दुःख होईल नबाबांना.''

''असं म्हणतेस ?....हं.''

चुन्ना आणि मुराद यांच्या प्रयत्नांना यश आले. बंदेअलींनी काशीला जायचे ठरवले. मुरादने आनंदाने ही बातमी इंदूर, ग्वाल्हेर, जयपूर, जोधपूर, अयोध्या या शहरांना पत्राने कळविली. बंदेअलींचे बीन ऐकून वर्षे लोटली

होती. सगळीकडून बंदेअलींच्या मैफली ठरविण्याची उत्तरे मुरादला आली.

काशीचा कार्यक्रम झाला आणि दुसऱ्याच दिवशी चुन्ना आजारी असल्याची तार काशीला येऊन थडकली. तार दाखविली तर साऱ्या मैफली उधळल्या जाणार हे मुरादला माहीत होते. असेच पुण्याला परतले तर ?.... पुण्याचे अठरा विश्वे दारिद्र्य त्याच्या डोळ्यांसमोर तरळत होते. मुरादने मनावर दगड घेतला. ती तार बंदेअलींना न दाखवता तशीच ठेवून दिली.

अनेक वर्षांनी बंदेअली आपल्या चाहत्यांना भेटत होते. त्यांच्या आनंदात बंदेअलींचे समाधान वाढत होते. मैफली गाजत होत्या. प्रवास होत होता. उदार हातांनी दिलेली बिदागी मुराद गोळा करीत होता.

साऱ्या मैफली आटोपून बंदेअली इंदूरला आले. कार्यक्रमाची शेवटची मैफल एका सरदाराच्या घरी जमली होती. मैफलीच्या दिवाणखान्यात श्रोते बंदेअलींची वाट पाहत होते. आतल्या खोलीत बंदेअली साज जुळवीत होते. वाद्य जुळवीत असता अचानक पंचमाची तार तुटली ! बंदेअलींचे डोळे मिटले. मिटल्या डोळ्यांतून अचानक अश्रू निखळले. मुरादने गडबडीने तारांची डबी काढली. त्याला थांबवीत कातर आवाजात बंदेअली म्हणाले,

"बेटा, तार नको. सारी उम्र या बीनशी खेळण्यात गेली. पण आजवर साज जुळवताना कधी तार उडाली नाही. जी लागत नाही बेटा ! सरदारसाहेबांना आमची मजबुरी सांग. आज मैफल होणार नाही म्हणावं !"

मैफल सोडून बंदेअली आपल्या निवासाला आले. मुरादने एकदम पाय धरले.

"ऊठ बेटा ! तार तुटली त्यात तुझा काय दोष ?"

"अब्बा ! क्षमा करा— तर उठेन."

"ऊठ. सांग, काय झालं ?"

मुरादने थरथरत्या हाताने ती तार खाँसाहेबांच्या हाती दिली. सारे सांगून टाकले. बंदेअली भकासपणे त्या तारेकडे पाहत होते. डोळ्यांतून धारा वाहत होत्या.

"बेटा, झालं होऊन गेलं ! चल, आपण पुण्याला जाऊ. तार तुटली. सूर हरवला नसला तर मिळवली... चल."

मिळेल ती गाडी पकडीत बंदेअली पुण्याला येत होते. बीन, नशा... कशाचीच आठवण त्यांना येत नव्हती. गाडीतून बसून, पळणारी झाडे ते भकासपणे पाहत होते. डोळ्यांत आसवे गोळा होत होती. बसल्या जागी ते

हात पसरून अल्लाची दुवा मागत होते.

बंदेअली पुण्यात आले. टांगा करून ते घराकडे जात होते. मन अधीर बनत होते. टांगा घरासमोर आला आणि बंदेअली उतरले. टांग्यातले सामानदेखील काढण्याचे भान मुरादला राहिले नव्हते. घराचा दरवाजा बंद होता. बंदेअली टाहो फोडीत दरवाज्याकडे धावले. दाराला कुलूप होते. बंदेअली हाका मारीत होते.

"चुन्ना ऽऽ !"

शेजारीपाजारी धावले. कुणी तरी किल्ली आणली. आक्रोश करणाऱ्या बंदेअलींना आत नेण्यात आले. घर उजाड होते.

चुन्ना जाऊन महिना झाला होता !

मुरादच्या दुःखाला सीमा नव्हत्या. ह्या सर्व घटनेला आपणच जबाबदार असे त्याला वाटत होते. आपले दुःख आवरून बंदेअलींनी त्याला उराशी धरले. त्याचे अश्रू टिपले.

"बेटा, तुझा दोष नाही. तिनं आपले बोल खरे केले. पैशानं सारं मिळवू म्हणत होतास. आता... आणलेल्या पैशातून चुन्ना येईल ?"

"अब्बा ऽऽ !"

"रडू नकोस बेटा ! झालं गेलं होऊन गेलं. माझा तुझ्यावर राग नाही. तुला, चुन्नाला मी माझ्याजवळची सारी कला दिली. आता सूर गेले, बोल बाकी राहिले. तू मैफल कर. खूप नाव मिळव. पण लक्षात ठेव — बाजारासाठी, पैशासाठी बीन वाजवू नकोस. बाजारासाठी सतार छेड. यापुढे पैशासाठी बीन वाजवलंस तर, तो पैसा तुला उपयोगी पडायचा नाही. तुझा निर्वंश होईल !"

चुन्ना गेली आणि बंदेअलींचे उरलेसुरले बंध सुटले. अहोरात्र ते नशेच्या अधीन राहू लागले. चुन्नाची कबर किंवा शेख सल्ल्याचा दर्गा या ठिकाणी बंदेअलींचे बीन वेळीअवेळी वाजू लागले.

पुण्यातल्या रसिकांना खाँसाहेबांची ही अस्वस्था पाहून भारी वाईट वाटले. पण बंदेअली कुणाच्याच हाती राहिले नव्हते.

कोजागिरी पौर्णिमेचा दिवस होता. चांदणे नितळ पडले होते. पुण्यातल्या रसिकांनी बावनखणीत गाण्याची मैफल जुळवली होती. पण मैफल न रंगल्याने अर्ध्या मैफलीतूनच काही रसिक मंडळी उठली. अचानक त्यांना बंदेअलींची आठवण झाली. बंदेअलींचे घर बंद होते, पण रसिक त्यामुळे निराश झाले नाहीत. ते चुन्नाच्या कबरीकडे गेले. तेथेही बंदेअली नव्हते. सर्वांची पावले

शेख सल्ल्याच्या दर्ग्याकडे वळली.

नदीकाठचा शेख सल्ल्याचा दर्गा शुभ्र चांदण्यात नहात होता. मध्यरात्रीचा नाजूक गारवा अंगाला जाणवत होता. सारे वातावरण कसे गूढ बनले होते. रसिकांचा अंदाज खरा ठरला. उरावर विसावलेल्या बीनवर नशील्या मायेचा हात टेकवून, बंदेअली शेख सल्ल्याच्या पायरीवर गाढ झोपी गेले होते. रसिकांनी त्यांना जागे केले. बंदेअलींनी पाहिले. पुण्यातली बडी, रसिक मंडळी पाहून त्यांचा राग गेला. उठून बसत त्यांनी विचारले,

"क्या हुक्म है ?"

"मिजास कैसी है खाँसाब ?"

"ठीक है भाई ! अल्लाके दुवासे..."

"खाँसाब ! आज कोजागिरी. मैफल जमवली पण रंग भरला नाही."

"मैफल जमवतो म्हणून जमत नाही..." बंदेअली बोलून गेले.

"तेच ! आम्ही घरी निघालो होतो. आपली याद आली."

"या बंद्याची याद केलीत ? भाग्य माझं."

"आम्ही तुमच्या घरी गेलो. पण घर बंद. मग तसेच चुन्नाच्या कबरीकडं गेलो. तिथंही तुम्ही नाही. मग आठवलं, चुकला पीर मशिदीतच सापडणार. सरळ इकडं आलो."

सारे हसले. पण बंदेअलींनी सावधपणे विचारले, "क्यूँ ?"

"आज तुमचं बीन ऐकायचं ठरवलंय आम्ही."

"नामुनकीन ! बंदेअलीचं बीन केव्हाच संपलं."

"थट्टा नको खाँसाहेब !" एकजण बंदेअलींच्या बीनकडे बोट दाखवत म्हणाला, "मग ते काय ?"

बीन उचलत बंदेअली म्हणाले, "बेटा, ये तो साज है. सूर तो चला गया !"

सारेच जिद्दीला पेटले. एकाने रामबाण काढला,

"खाँसाहेब, आज तुम्ही आमचं ऐकलंच पाहिजे. तुम्हांला ऐकावंच लागेल. आम्ही बीन ऐकल्याखेरीज जाणार नाही. तुम्हांला चुन्नाची शपथ आहे !"

त्या शपथेने बंदेअली कातर बनले. त्यांच्या साऱ्या अंगावर काटा उभा राहिला. त्या एका नावाबरोबर साऱ्या आठवणी झंकारून उठल्या.

"सुटली म्हणा ! ती बिचारी गेली. तिला कशाला शपथेत गुंतवता ?"

बंदेअलींनी सांगितले, "तुम्हांला माझं बीनच ऐकायचं आहे ना ? हा दर्गा

आहे. इथं माणासाची सेवा करू नये. आपण बाहेर जाऊ. तिथं बीन ऐकवतो.''

साऱ्यांना आनंद झाला. बंदेअलींसह सारे बाहेर आले. वटवृक्षाची छाया सोडून सारे चांदण्यात आले. नदीचे पात्र चांदण्यात चमकत होते. गार वारा सुटला होता. मागे पांढरा-शुभ्र दर्गा उभा होता. एक कोवळा लिंबारा सळसळत होत. त्याच्याजवळ चांगली जागा पाहून बंदेअलींनी सर्वांना बसण्याची खूण केली. साऱ्यांनी आनंदाने बैठक घेतली. बंदेअली बीन घेऊन उभे होते. त्यांनी विचारले,

''तुम्हांला माझं खरं बीन ऐकायचं आहे ना ?''

''हो ना !'' सर्वांना मान डोलावली.

''मग ऐका तर—'' म्हणत बंदेअलींनी बीन उंचावले; आणि काय होते हे ध्यानी यायच्या आत ते बीन सर्वांच्या मधे फोडले ! बीनच्या फुटणाऱ्या भोपळ्याबरोबरच तारांचा विजोड आवाज घुमला. भिऊन उठलेल्या सर्वांना ते बीन दाखवीत बंदेअली म्हणाले,

''ऐकलंत माझं बीन ? बंदेअलीचा सूर हरवला. नुसता बंदेअली राहिला. कधी जमलं तर, याच जागी हे फुटक्या शरीराचं बीन दफन करून टाका. हीच माझी जागा.''

सारे विस्मयाने पाहत होते. बंदेअली एकटेच जात होते. चालताना हात उडवत होते, पुटपुटत होते. झोकांड्या देत ते शेख-सल्ल्याच्या पायऱ्या चढत होते.

पुण्याच्या शनिवारवाड्यापासून नव्या पुलावर जात असताना, पुलाच्या पहिल्या कमानीपाशी थोडे थांबा. तिथे थांबून, डाव्या हाताला नजर टाकलीत तर, नदीकाठी उभा असलेला शेख सल्ल्याचा पांढरा-शुभ्र दर्गा दिसेल. तिथेच वटवृक्षाजवळ वाढलेला एक उंच लिंबारा उभा आहे. त्या लिंबाच्या बुंध्यालगत एक छोटी कबर आहे. त्या कबरीवर गेल्या आत्म्याची नावनिशाणीही कोरली आहे. लिंबाला जेव्हा बहर येतो, तेव्हा ही कबर त्या नाजूक फुलांनी आच्छादली जाते. शेख-सल्ल्यातून उठणारा उदबत्ती-धूपाचा सुगंध त्या कबरीभोवती घोटाळतो. पौर्णिमेच्या रात्री कधी एकटे त्या ठिकाणी गेलात तर, आजही बीनचे सूर तुम्हांला ऐकू येतील... भाग्यवान असलात तर.

●●

अशी रंगली प्रीत

पुण्यापासून काही कोस अंतरावर चिमाजी आप्पांच्या स्वागतासाठी उभारलेल्या खास शामियान्यात पेशव्यांचा दरबार भरला होता. सारे सरदार, दरबारी हजर झाले होते. पेशव्यांची खाशी बैठक किनखापी आवरणे घातलेल्या लोड-तक्क्यांनी सजली होती. शिंगाचा आवाज उठला. नौबत झडली. सारा दरबार उभा राहिला; आणि हाती फुलांचा गजरा लपेटलेले बाजीराव शामियान्यात प्रवेशले. पेशव्यांनी आपल्या बैठकीवर जागा घेतली. त्यांची नजर दरबारी हात बांधून उभ्या असलेल्या चिमाजी अप्पांवर खिळली होती. भावाच्या दर्शनाबरोबर पेशव्यांच्या रूपसंपन्न चेहऱ्यावर स्मित उमटले. छातीचा अंगरखा तणावला गेला. बाजीराव म्हणाले,

"चिमाजी आप्पा, आज आम्ही तुमचे थोरले बंधू म्हणून येथे आलो नाही. आज छत्रपतींच्या आज्ञेने, पेशवे म्हणून आम्ही तुमच्या स्वागताला सामोरे आलो. त्याचा आम्हांला आनंद आहे, अभिमान आहे. आम्ही छत्रसालाच्या मदतीला मोठी फौज घेऊन गेलो असता, मामुली वीस हजार फौज गोळा करून तुम्ही शहाजतखानावर चालून गेला. त्याचा पराभव केला. छत्रपतींनी निजामाला दिलेले आश्वासन पाळलेत, अन् तुमच्या कामगिरीबद्दल छत्रपतींनी तुमच्या स्वागतासाठी आपल्या पेशव्यांना पाठविले. तुमची ही कृती राज्याला आणि कुळाला भूषणावह आहे. आम्ही छत्रसालाचे रक्षण केले; तुम्ही निजामाचे. तुमचे कौतुक करावे तेवढे थोडे आहे.''

पेशवे या नात्याने बोलणाऱ्या वडील भावाच्या मुखातून येणाऱ्या स्तुतीने चिमाजींचे अंग मोहरत होते. त्या स्तुतीने संकोचित झालेले चिमाजी म्हणाले,

"श्रीमंत, क्षमा असावी. आपल्या पराक्रमाची तोड आमच्या पराक्रमाला येणार नाही. छत्रसालाच्या मदतीला आपण धावलात. बंगशासारख्या थोर

शत्रूचा रणांगणात पाडाव करण्याची आपली ताकद. त्यापुढे माझा पराक्रम कसला ? अवघी वीस हजार फौज होती. शहाजतखानाचं सैन्य मोठं. तेव्हा....''

चिमाजी थांबलेले पाहताच बाजीराव म्हणाले,

''थांबलात का ? तेव्हा तुम्ही कपटनीतीचा अवलंब केलात हेच ना ? शहाजतखानाकडे तुम्ही चाकरी मागितलीत. त्याच्या छावणीत शिरकाव करून घेतलात; अन् छावणी बेसावध असल्याचे पाहून उठाव करून छावणी गारद केलीत, असंच ना ? मग त्यात लाज वाटण्यासारखं काय आहे ? चिमाजी, युद्धाचा निर्णय दुहेरीच असतो. जय आणि पराजय. जय मिळविणं हेच यश. मग ते कोणत्या मार्गांनी मिळवता याला फारशी किंमत नसते. तुम्ही वीस हजार फौजेनिशी शत्रूवर चालून गेला असता, अन् स्वत:ला हरवून बसला असता तर, आम्ही कसलं कौतुक करणार होतो ? त्यात राजाची अन् आमची अपरिमित हानीच झाली असती.''

बाजीरावांच्या नजरेच्या इशारतीबरोबर उजव्या बाजूने रेशमी आच्छादने घातलेली तबके घेऊन उभे असलेले सेवक पुढे झाले. बाजीराव उठले. तबकावरचे आच्छादन उचलले गेले. तबकात जरी वस्त्रे व रत्नखचित मुठीची तलवार होती. जांभळ्या मखमलीचे आवरण असलेले म्यान तलवारीला शोभत होते. त्या मखमलीवर जरी कलाबूत केलेली होती. ती तलवार आपल्या हातांनी चिमाजीआप्पांच्या दुशेल्यात खोवीत बाजीराव म्हणाले,

''ही तलवार सामान्य नाही. आम्ही बंगशाचा पराभव करून छत्रसालाचं राज्य राखलं म्हणून छत्रसालांनी ही नामांकित तलवार आम्हांला भेट दिली. तुमच्या थोर पराक्रमामुळं आज ती तुमच्या हवाली करीत आहो. दौलतीचं रक्षण करण्यासाठी ती सदैव तुमच्या कमरेला असावी.... आमची आठवण म्हणून.''

कष्टाने आपले आनंदाश्रू आवरीत, चिमाजीने बाजीरावांचे पाय शिवले. बाजीरावांनी भावनावेगाने चिमाजीला उठवून उराशी कवटाळले. त्या दोघा भावांची मिठी पाहून सारा दरबार भारावून गेला.

सायंकाळी चिमाजी व बाजीराव एकान्ती डेऱ्यात बसले होते. चिमाजीने आपल्या मोहिमेचा सारा वृत्तान्त सांगितला होता. निरोप घेण्याआधी बाजीरावांनी सांगितले,

''चिमाजी, तुम्हांला गाण्याबजावण्याचा शौक नाही हे आम्ही जाणतो.

पण आम्हांला तो छंदच जडला आहे. आज आम्ही गाण्याचा इंतजाम करावयास सांगितलंय. तुम्हीही त्या वेळी असावं. तुमचीही थोडी करमणूक होईल.''

''जशी आज्ञा.''

''पण चिमाजी, हेही ध्यानी ठेवा. गाणं ठरलं, म्हणजे चांगलंच ऐकायला मिळेल असं समजू नका. गाणं हे शिकारीसारखंच असतं. शिकारीला जाणं आपल्या हाती. शिकार मिळणं त्याच्या हाती... हो, निराशा झाली तर आम्हांला बोल नको म्हणून आधीच सांगितलं.''

त्या विनोदावर श्रीमंत मनमोकळे हसले. पण चिमाजी त्यात सामील झाले नाहीत. चिमाजींची अस्वस्थता बाजीरावांच्या लक्षात आली. त्यांनी विचारले,

''चिमाजी, काही सांगायचंय का ?''

''दादासाहेब, एक विनंती आहे.''

''चिमाजी, वडील बंधूचं नातं विसरून जावं असा तुमचा पराक्रम. सांगा तुमची काय इच्छा आहे ?''

''शहाजतजंगाचा जेव्हा पराभव झाला, तेव्हा त्याच्या गोटातील एक कंचकी विषप्राशन करण्याच्या बेतात होती. मी तिला तिच्या अघोरी कृत्यापासून रोखलं....''

बाजीरावांच्या डोळ्यांत एक निराळाच मिस्किल भाव तरळला.

''अरे वा ! आप्पा, आम्ही तुमच्याकडून ही अपेक्षा केली नव्हती !... मग काय झालं तिचं ?''

''ती कंचकी सामान्य नव्हती. अगणित संपत्तीची ती मालकीण आहे. नावाप्रमाणं मस्त असून, लाखांत एक असं असामान्य लावण्य तिला लाभलं आहे. गाण्यात तिचं नाव उत्तरेत मशहूर आहे असं आम्ही ऐकलं.''

''आणि...''

''शहाजतजंगाचा पराभव होताच, गुणी मालकाचा आश्रय संपला असं तिला वाटलं. एवढ्या तोलामोलानं आपल्याला कोण सांभाळणार असं वाटून ती जीव देत होती. आम्ही तिच्यासमोर आपली तारीफ केली.''

''मतलब ?'' बाजीरावांच्या चेहऱ्यावरचे स्मित विरले.

''आपण तिला आश्रय द्याल म्हणून...''

''खामोश ! आप्पा, शत्रुघरच्या कंचकीची तारीफ आमच्यासमोर करता ? आम्हांला काही शौक आहेत खरे, पण ते अद्याप एवढे ढासळले नाहीत.''

''पण मी तिला वचन...''

बाजीरावांची नजर आप्पांवर खिळली. त्या नजरेने बेचैन झालेले चिमाजी कसेबसे धीर धरून बोलले,

"विनंती आहे. आपण एकदा तिचं रूप, कसब..."

"बस्स ! आप्पा, तुमची नादान दिलेदारी आमच्यावर लादू नका. आम्ही अखेरचं सांगतो ते लक्षात ठेवा. आम्हांला त्या कंचकीचं तोंडही पाहायचं नाही."

चिमाजींना फार बोलण्याचे धैर्य झाले नाही. त्यांनी बाजीरावांचा निरोप घेतला.

रात्री बाजीरावांच्या डेऱ्यात खास विश्वासातील चार-पाच सरदार मंडळी हजर झाली होती. समयांच्या प्रकाशात डेरा उजळून निघाला होता. अत्तराचा सुगंध सर्वत्र दरवळत होता. बाजीराव पेशवे चिमाजी आप्पांसह बैठकीवर बसले होते. डेऱ्यामध्ये साजिंदे हजर झाले. त्यांनी आपली वाद्ये सावरली आणि नाजूक चाळांच्या आवाजाबरोबर साऱ्यांची नजर प्रवेशद्वाराकडे वळली. चेहऱ्यावर अवगुंठन घेतलेली कलावंतीण आपल्या दासीसह आत प्रवेशली. किरमिजी पिस्वादी तिने घातली होती. त्या झग्यावर हिऱ्याच्या गुंड्या चकचकत होत्या. पायांत तंग विजार होती. तीतून गालिच्यावर अवतरलेली पावले लक्ष वेधून घेत होती. नाजूक, गोऱ्यापान पावलांवर सुबकपणे चितारलेली मेहंदी उठून दिसत होती. काळ्या जाळीदार अवगुंठनातून ती पेशव्यांना निरखीत होती. पेशव्यांचे नाकीडोळी रेखीव, सतेज कांतीचे भरदार व्यक्तिमत्त्व पाहून ती थक्क झाली. साजिंद्याने वाद्यावरून फिरवलेल्या गजाच्या सुराने ती भानावर आली. आणि मान झुकवून, डाव्या हाताची लांबसडक बोटे मस्तकी लावून तिने आदाब केले. पेशव्यांनी किंचित मान तुकवून त्याचा स्वीकार केला. कलावंतिणीने गालिच्यावर बैठक घेतली. तानपुऱ्याच्या सूरसागरावर सारंगीची एक लाट उमटून गेली आणि डावा पंजा कानावर ठेवून त्या कलावंतिणीने त्याच सुराची जोड घेऊन जाणारी एक लकेर घेतली. त्या सुराच्या असामान्य गोडव्याने बाजीराव मुग्ध झाले आणि त्यांनी सहजगत्या दाद दिली — "वाह् ऽ !"

कलावंतीण गात होती. एक आर्त दोहा म्हणत होती-

"चतुर अलबेली करके शृंगार ।
साजन घर जाना है ।"

सारे वातावरण त्या सुरांनी भारून गेले होते. ती कलावंतीण गात होती. आदा करीत होती. तिच्या लवचिक हालचालींना शब्दांचा अर्थ प्राप्त होत

होता. पण चेहऱ्यावरचे अवगुंठन तसेच होते. दोहा संपला. बाजीरावांची नजर सर्वांवरून फिरली. सारे सरदार, साजिंदे मुजरे करून डेऱ्याबाहेर गेले. कलावंतीण नतमस्तक उभी होती. बाजीराव पुरे अस्वस्थ झाले होते. ते चिमाजी आप्पांना म्हणाले,

"आम्ही या गाण्यानं मुग्ध झालो. एवढा रसीला आवाज आम्ही आजवर ऐकला नव्हता. आम्ही गाणं शिकारीसारखं असतं असं म्हणालो ते उगीच नाही. पण या गायिकेनं अवगुंठन का घेतलं आहे याचं कोडं वाटतं. गाण्याच्या रिवाजात ते बसत नाही."

"क्षमा असावी," चिमाजी म्हणाले, "तो दोष तिचा नाही. आपल्याच आज्ञेचं ती पालन करीत आहे."

"आम्ही समजलो नाही."

"आपल्याला तिचा चेहरा पाहायचा नाही असं आपणच सांगितलंत."

"कोण ही ?"

"शहाजतजंगाच्या पदरची कलावंतीण... आपल्या नर्तकीच्या जागी मीच तिला उभं केलं. त्याबद्दल क्षमा असावी."

आश्चर्यचकित झालेले बाजीराव कलावंतीण व चिमाजी यांच्याकडे आळीपाळीने पाहत होते. हळूहळू त्यांच्या चेहऱ्यावर स्मित झळकले. मोठ्याने हसत ते म्हणाले,

"व्वाह् ! चिमाजी, शहाजतजंगाच्या गोटात शिरून गोट काबीज केलात हे आम्हांला पटलं ! चिमाजी, आम्हांला तिला पाहायचं आहे. ज्या गळ्यातून हा मधाच्या धारेसारखा आवाज स्त्रवतो, जी शरीरयष्टी इतकी नाजूक आहे, ते रूप जाणून घेण्याची इच्छा आमच्या मनात तीव्र झाली आहे... अर्थात तिची ना नसेल तर-"

चिमाजीने कलावंतिणीकडे पाहिले. तिचे हात उंचावले गेले. आपल्या कंपित बोटांनी तिने अवगुंठन मागे केले. ढगाआडून चंद्र प्रकटावा तसे सौंदर्य, आपली लावण्यप्रभा फाकीत होते. भान विसरून बाजीराव ते लावण्य निरखीत होते. चिमाजीच्या खाकरण्याने ते भानावर आले. त्यांनी विचारले,

"तुझं नाव ?"

डोळ्यांच्या कडांशी धरलेले अश्रू कष्टाने आवरीत, आपल्या उजव्या पंज्याची निमुळती, नाजूक बोटे नतमस्तकाला भिडवीत ती तरुण बोलली,

"हुजूर, या नाचीज दासीला मस्तानी म्हणतात."

"तुझ्या रूपाला शोभण्यासारखंच तुझं नाव आहे. आम्ही तुझ्या गाण्यावर खूष आहोत. तुझ्या गाण्याची किंमत आम्ही करू इच्छीत नाही. जे तुला हवं ते माग. ते तुला मिळेल."

"हुजूर, क्षमा असावी ! संपत्तीची मला उणीव नाही. गर्व म्हणून सांगत नाही. या माझ्या पिस्वादीच्या गुंड्यांत जे हिरे जखडले आहेत ना, त्या प्रत्येकाची किंमत लाख रुपयांची आहे."

"आम्ही समजलो. तुला इनाम हवं का ?"

"जी."

"माग."

मस्तानी एकदम पुढे झाली. बाजीरावांच्या पायाला स्पर्श करीत ती म्हणाली, "या पायी आश्रय मिळावा."

"ऊठ मस्तानी. तुला आमचं अभय आहे. शहाजतजंगाच्या अफाट दौलतीवर तू सत्ता गाजवली असशील. पण ह्या बाजीरावाच्या मनावर सत्ता गाजवणं मोठं असाध्य असतं हे, एक ना एक दिवशी जरूर तुझ्या ध्यानी येईल. आमच्या दरबारी तुझ्यासारखे गुणी कलावंत असले, तर त्यात आम्हांला भूषणच आहे. चिमाजी, हिची नेमणूक होईपर्यंत हिची व्यवस्था कोथरूडच्या महाली करा. कशाची कमतरता भासू देऊ नका."

मस्तानी वंदन करून निघून गेली. बाजीरावांची नजर कुठे तरी हरवली होती. चिमाजी म्हणाले,

"जशी आज्ञा !"

"अं ?" बाजीराव भानावर आले. "ठीक आहे, तुम्ही विश्रांती घ्या."

चिमाजी जाण्यासाठी वळले. तोच बाजीरावांनी त्यांना हाक मारली. चिमाजी वळले.

"चिमाजी, सकाळी आम्ही तुमच्या कृतीला नादान दिलेदारी म्हणालो होतो. पण दिलेदारी केव्हाच नादान नसते हे आमच्या ध्यानी आलं नाही. या मस्तानीचे सूर ऐकले आणि आम्ही घायाळ झालो. तिचं असामान्य लावण्य पाहून आम्ही थक्क झालो. असे आम्ही एकदाच घायाळ झालो होतो..."

"केव्हा ?"

"कटकच्या भूमीवर शत्रुसैन्य पाहिलं तेव्हा. चढाई करण्याआधीच ते देखणं रणांगण पाहून आम्ही घायाळ बनलो. ते रणांगण जिंकण्याची अशीच उत्कटता लागून राहिली होती."

बाजीरावांचा निरोप घेऊन चिमाजी गेले. सेवकांनी डेऱ्यातल्या समयांच्या ज्योती शांत केल्या. पण बाजीरावांच्या मनात प्रज्वलित झालेली एक नाजूक ज्योत तशीच तेवत होती.

दुसऱ्या दिवशी चिमाजी आप्पांनी मस्तानीला सरंजामानिशी कोथरूडला पाठविले. बाजीराव आणि चिमाजी मिळून पुण्याला आले. पुण्यात बाजीरावांनी शनवारवाड्याचे काम चालविले होते. त्या कामाची पाहणी करून दोघे बंधू साताऱ्याला छत्रपतींच्या दर्शनाला जाऊन आले. पुण्याच्या हिराबागेतील वाड्यात बाजीराव राज्याचा कारभार पाहत होते. मोहिमेच्या काळात राहिलेली कामे पुरी करीत होते. सरदारांबरोबर नव्या मोहिमांचे मनसुबे आखले जात होते.

एके दिवशी सदरेवर बाजीरावसाहेब आले असता, त्यांच्या दर्शनासाठी एक फासेपारधी आल्याचे कळले. बाजीरावांनी त्याला सामोरे बोलविले. डोईला मुंडासे, अंगावर घोंगड्याची खोळ, गुडघ्यापर्यंत चोळणा घातलेला उंचापुरा, सावळा फासेपारधी श्रीमंतांच्या समोर हजर करण्यात आला. त्याच्या खांद्यावर एक काठी होती. काठीला एक लाकडी काड्यांचा, छोटा पिंजरा अडकवला होता. फासेपारध्याने मुजरा केला.

“का आला होतास बाबा ?”

“सरकार, भेट आणलीया.”

“कसली ?”

फासेपारध्याने काठीचा पिंजरा सोडून बाजीरावांच्या समोर ठेवला. पिंजऱ्यात छोट्या कोंबड्याच्या आकाराचा तित्तिर फडफडत होता. सदरेवर साऱ्यांच्या चेहऱ्यांवर हसू फाकले. बाजीरावांनी विचारले,

“अरे बाबा, आम्हांला पक्षी पाळायचा शोक नाही.”

“कोथरूडहून आलो सरकार. लई आशेनं आलोतो.”

“कोथरूडकडून ?”

“जी ! तिथंच गावला ह्यो तित्तिर.”

त्या पिंजऱ्यात, भिऊन धपापत बसलेल्या तित्तिराकडे बाजीराव पाहात होते. त्यांची मुद्रा गंभीर झाली होती. त्यांनी विचारले,

“हा पक्षी जगेल ?”

“न्हाई सरकार, लई भित्री जात ही. लहानपणी जगवली तर जगती. आता ह्यो मोठा पक्षी हाय ह्या पिंजऱ्यात जगंल कसा ?”

"चल."

फासेपारध्यासह बाजीराव वाड्याची बाहेरची ढेलज चढले, वरच्या गच्चीवर येताच त्यांनी तो पिंजरा हाती घेतला. त्या पिंजऱ्याचा दरवाजा उघडला. तित्तिर भर्रकन आकाशात उडाला. माळावर सुखरूप उतरलेला पक्षी पाहून बाजीरावांना समाधान वाटले. त्यांनी विचारले,

"हा पक्षी आपल्या ठिकाणी जाईल ?"

"जी सरकार ! पाखराची जात लई हुषार. चाळीस कोसांवर सोडला तरी, बरोबर आपल्या ठिकाणी जाईल. लई जिव्हाळ्याची जात."

"तुला काय देऊ ?"

"सगळी किंमत मिळाली सरकार."

"कुणी दिली ?"

"ज्यांनी पाठवलं त्यांनी."

बाजीराव फासेपारध्यासह सदरेवर आले. श्रीमंतांच्या चेहऱ्यावर एक वेगळाच आनंद उमटला होता. पारध्याला दहा मोहरा देऊन पाठविण्यात आले आणि बाजीरावांनी त्या मोकळ्या पिंजऱ्याकडे बोट दाखवून सेवकाला आज्ञा केला—

"हा पिंजरा सदरेवर कुठं तरी दिसेल असा लावा. फार सुबक आहे तो."

—आणि खासगी कारभाऱ्याकडे वळून सांगितले, "आमच्या रिसालदारांना सांगा की, आम्ही आज सायंकाळी बाहेर पडणार आहो. आमचे पथक सज्ज ठेवा."

आणि दुसऱ्या क्षणी बाजीराव वाड्यात निघून गेले. सेवक आणि कारभारी त्या रिकाम्या पिंजऱ्याकडे पाहत होते...

सायंकाळी बाजीराव आपल्या अश्वपथकासह कोथरूडला पोचले. झाडीत लपलेल्या त्या टुमदार गावाजवळ आमराईत ती हवेली होती. टापांचा आवाज ऐकताच सेवक धावले. मुजरे करून त्यांनी घोड्यांचे कायदे पकडले. बाजीराव पायउतार झाले. हवेलीच्या दुसऱ्या मजल्यावर कोरीव खिडक्यांवर लटकवलेल्या पडद्यांकडे लक्ष गेले. पण काही हालचाल दिसली नाही.

बाजीराव हवेलीत प्रवेशले. तेथील टापटीप, सेवकांचा राबता पाहून त्यांना समाधान वाटले. मस्तानीला पाहून जवळजवळ दोन महिने उलटले होते. कोथरूडच्या वाटेला लागल्यापासून बाजीरावांच्या नजरेसमोर मस्तानी तरळत होती. हवेलीच्या सुरात जाग येत होती.

वृद्ध सेवकाने दाखविलेल्या वाटेने बाजीराव हवेलीच्या माडीवर गेले. दासीने त्यांचे स्वागत केले. ती प्रशस्त माडी नक्षीदार सुरूखांबांनी तोलली होती. रुजाम्यांच्या गालिचांची बैठक अंथरली होती. मध्यभागी प्रशस्त बैठक नजरेत भरत होती. पानदान, मुरादाबादी नक्षीदार पिंकदाणी बैठकीजवळ सज्ज होती. ती स्वागताची तयारी पाहून बाजीराव खूष झाले. त्या मध्यभागीच्या बैठकीकडे ते जात असता आतल्या दरवाज्यावरील पडद्यांची सळसळ झाली. बाजीरावांनी पाहिले तो दारी मस्तानी उभी होती. मस्तानीच्या अंगात रेशमी काळा कमीज होता. पिवळी ओढणी तिने घेतली होती. एकेरी पण मोठ्या मोत्यांची माळ गळ्यात शोभत होती. सौंदर्य तेच होते, पण त्यावर एक सुकली कळा चढली होती. नजर तशीच मनाचा ठाव घेणारी गहिरी होती, पण त्यात कुठे तरी व्याकुळता साठवली होती. आपण जिवंत माणूस पाहात नसून एखादे संगमरवरी शिल्प तर पाहात नाही ना, असे बाजीरावांना वाटले. मस्तानीने हसून कुर्निसात केला. बाजीरावांनी म्हटले,

"मस्तानी, तुझा निरोप पोचला आणि आम्ही तातडीने आलो."

"माझं भाग्य ! पण मी निरोप कधी पाठविला ?"

"फासेपारध्याकडून तूच पिंजरा पाठवलास ना ?"

"पिंजरा पाठवला.. निरोप नाही."

"आम्ही समजायचं ते समजलो. म्हणून तर इथवर धावत आलो."

"आणि त्या बिचाऱ्या पाखराचं काय केलंत ?"

"तो तित्तिर ना ! त्याला आम्ही सोडलं. पिंजऱ्यात तो जगणार नाही असं फासेपारधी म्हणाला."

"आणि पिंजरा ?"

"तो ना ? तो... तो आम्ही सदरेवर लावण्यास सांगितला आहे." मस्तानी खिन्नपणे हसली.

"बरं झालं. पिंजरा आणि पक्षी दोघांचं सार्थक झालं."

"काय ?" बाजीरावांनी दचकून मस्तानीकडे पाहिलं.

"काही नाही."

"मस्तानी तुझी तब्येत..."

"छान आहे."

"इथं काही कमतरता आहे का ?"

"कमतरता ?" मस्तानीची नजर बाजीरावांवर खिळली होती. ती हसून

म्हणाली, ''नही तो ! कमतरता कसली ? सुरेख हवेली आहे. दासदासी आहेत. रक्षक आहेत. माणसाला आणखी काय लागतं ?''

त्या बोलण्यातील खोच बाजीरावांच्या लक्षात आली नाही. त्यांनी सरळ अर्थ घेतला.

''आमची चिंता दूर झाली. आम्ही केवढ्या काळजीत पडलो होतो. तुला पाहीपर्यंत जीवात जीव नव्हता.''

मस्तानी काही बोलली नाही. तिची नजर पायाशी झुकली होती. बाजीरावांना तिच्यावरची नजर काढवत नव्हती. त्यांनी एकदम विचारले,

''आम्ही हवेलीत आलो. बसा तरी म्हणाल की नाही ?''

मस्तानीने नजर वर केली. ती शांतपणे म्हणाली,

''हवेली आपली आहे. आपल्या हवेलीत आपल्याला बसा म्हणणं दासीला योग्य होणार नाही.''

''मस्तानी, आम्ही तुझ्याकडं दासी म्हणून पाहत नाही.''

''मग ?'' मस्तानीची नजर बाजीरावांवर रोखली होती. त्या नजरेने ते बेचैन झाले. स्वत:ला सावरीत ते गडबडीने म्हणाले,

''आम्हांला आमच्या वचनाची आठवण आहे. आमचा शनवारवाडा पुरा झाला की, आम्ही तुझी नेमणूक राजगणिका म्हणून करणार आहो. त्या जागेची इज्जत अन् शान अशी असेल की, तिला राज्यात तोड नसेल.''

मस्तानीला आपले हसू लपविणे कठीण गेले. ते पाहून बाजीरावांचा गोंधळ आणखी वाढला. चेहऱ्यावरचे स्मित लोपले. आवाज करडा बनला.

''का ? शंका आली ?''

''जी नाही, आपल्या शब्दाबद्दल शंका कोण घेईल ? भाग्य उजाडलं म्हणून हसले मी.''

बाजीरावांनी पाहिले— मस्तानीची नजर आणखीन् बोलकी झाली होती. ती नजर टाळीत ते म्हणाले,

''आम्ही आता निघतो.''

''जायलाच हवं ?'' मस्तानी म्हणाली.

''हो ना !''

''काळोख होईल..'' मस्तानीचा आवाज आगळाच भासत होता.

''काळोख कसला ! सूर्यास्तानंतर आज तर पौर्णिमेचं सुरेख चांदणं पडेल.''

"तेच म्हणते मी."

"आम्ही समजलो नाही."

बाजीरावांची मुद्रा पाहून मस्तानी बोलून गेली.

"आप कितने अनजान हो !"

"काय ?"

"जी ! काही नाही..."

"आम्ही येतो."

मस्तानीने वाकून कुर्निसात केला. बाजीराव वळले. पण पावलांना गती येत नव्हती. कसली तरी ओढ वाटत होती. ते जिन्याच्या पायऱ्या उतरत असता, कानात शब्द घुमत होते— 'आप कितने अनजान हो !'

त्याच विचारात बाजीराव एक एक पायरी उतरत होते.

अनजान... न जाणणारे... भोळे... आम्ही !

बाजीरावांची पावले पायरीवर थबकली. त्यांनी एकवार मागे वळून पाहिले. त्यांच्या चेहऱ्यावर हास्य उमटले आणि परत जिन्याच्या पायऱ्या भरभर चढून ते माडीवर आले. तिथेच त्यांची पावले थांबली. बैठकीजवळ उभी असलेली मस्तानी आपल्या ओढणीने डोळे टिपत होती. बाजीरावांच्या तोंडून हाक उमटली,

"मस्तानी !"

मस्तानीने दचकून नजर वर केली. बाजीराव संथ पावलं टाकीत तिच्याजवळ येत होते. बाजीरावांना पाहताच मस्तानीचा चेहरा उजळून निघाला. डोळ्यांतल्या अश्रूंचेही भान तिला राहिले नाही. बाजीरावांनी तिचे दोन्ही दंड पकडले. ते मस्तानीला निरखीत होत. दोन्ही नजरा एकमेकांना भिडल्या होत्या. मस्तानीच्या नाकपुड्या रुंदावल्या होत्या. नाजुक ओठ कंप पावत होते. कपाळी घाम उमटत होता. तिच्या अंगाचा कंप बाजीरावांना जाणवत होता. बाजीराव म्हणाले,

"मस्तानी, आम्ही अनजान असू. पण अनाडी खास नाही."

त्या शब्दांबरोबर, लाजलेल्या मस्तानीने बाजीरावांच्या छातीवर मस्तक टेकले आणि दुसऱ्याच क्षणी मस्तानी बाजीरावांच्या मिठीत सामावली गेली.

रात्री धवल चांदण्यात पृथ्वी नहात होती. थंडी विरळ धुक्याच्या पावलांनी उतरत होती आणि मध्यरात्र उलटेपर्यंत हवेलीतून संगीताचे सूर उठत होते. हळूहळू धुक्याच्या मिठीत पृथ्वी सामावली गेली.

उभ्याउभ्या परतण्यासाठी आलेले पेशवे, चार दिवस उलटले तरी कोथरूडमध्येच रमले होते. पाचव्या दिवशी सकाळी बाजीरावांनी आपला घोडा सज्ज करण्याची आज्ञा दिली. मस्तानीने विचारले,

''का ?''

''चिंता करू नये. आपली परवानगी मिळेपर्यंत आम्ही पुण्याला परतणार नाही. थंडी सुरेख पडली आहे. रपेट करून यावं असं वाटलं म्हणून घोडा मागवला.''

घोड्याच्या खिंकाळण्याचा आवाज उमटला. मस्तानी खिडकीपाशी धावली. खिडकीतून मस्तानी पाहत होती. हवेलीच्या समोर सातआठ विती उंचीचा एक खंदा, सारंगा घोडा उभा होता. त्या उमद्या जनावरावरून मस्तानीची हजर हलत नव्हती. उभ्या जागी खूर नाचवीत, शेपटी फडकावीत तो घोडा आपली बेचैनी दर्शवीत होता. घोड्याचे कायदे धरून उभे असलेले मोतद्दार त्याला चुचकारण्याचा प्रयत्न करीत होते. पण हाताच्या स्पर्शाबरोबर त्या घोड्याची लव थरथर करत होती. घोडे पाहण्यात भान विसरलेल्या मस्तानीच्या खांद्याला स्पर्श झाला. तिने पाहिले, बाजीराव मागे उभे होते.

''घोडा आवडला ?''

''जी; जनावर तेज दिसतं ! नाव काय ?''

''अस्मान ! त्याच्यावर मांड टाकली की, आपण जमिनीवरून जातो याचं भान राहत नाही.''

''बेचैन दिसतो.''

''हो ना ! गेले चार दिवस ठाणबंद आहे ना ! या जगात तीन गोष्टी अशा आहेत की, ज्या न फिरल्याने बिघडतात.''

''कोणत्या ?''

''घोडा, भाकर अन् खायचं पान. वेळीवेळी ह्या गोष्टी फिरविल्या नाहीत तर, बिघडायला वेळ लागत नाही. आम्ही रपेट करून येतो.''

''मी येऊ ?''

''तू ?... घोड्याचा सराव आहे ?''

''थोडा थोडा.''

बाजीराव हसले. त्यांनी दुसरा घोडा आणण्याची आज्ञा केली. मस्तानी कपडे बदलण्यासाठी आत धावली.

जेव्हा बाजीराव मस्तानीसह बाहेर आले, तेव्हा दुसरा घोडा आणला गेला होता. घोडा उमदा होता. शांत होता. मखमलीचे खोगीर त्यावर चढविले होते. त्या घोड्याकडे बोट दाखवीत बाजीराव म्हणाले,

"तो घोडा घ्या. त्याच्याइतकं शांत आणि समजदार जनावर नाही." मस्तानीने मान हलवली.

"मग ?" बाजीरावांनी विचारले.

अस्मानकडे बोट दाखवीत मस्तानी म्हणाली, "मला तसा घोडा हवा."

"पण आपल्या नाजुक प्रकृतीला तसली घोडदौड परवडायची नाही."

"पाहू." मस्तानी बेफिकिरीने बोलली.

बाजीरावांच्या कपाळी सूक्ष्म आठी पडली. त्यांनी दुसरे घोडे आणण्याची आज्ञा केली. मस्तानी अस्मानजवळ जाऊन त्याला निरखीत होती. थोड्याच वेळात दुसरे अबलख घोडे तयार होऊन येताना दिसले. घोड्याची चाल निरखण्यासाठी बाजीराव तिकडे वळले. बाजीराव त्या घोड्याजवळ गेले असतील नसतील तोच, टापांचा आवाज त्यांच्या कानी आला. त्यांनी दचकून मागे पाहिले. मस्तानी अस्मानवर स्वार झाली होती. अस्मान उधळला होत. बाजीरावांनी चटकन घोड्यावर मांड टाकली. अस्मान पाठोपाठ बाजीरावांनी दौड घेतली. अस्मान वायुवेगाने झेपावत होता. येईल तो खळगा, नाला सहज ओलांडीत होता. मस्तानी पडेल म्हणून बाजीरावांची भीतिग्रस्त नजर तिच्यावर खिळली होती. पण मस्तानी अस्मानला विश्वासाने हाताळीत होती. हळूहळू दोन्ही घोड्यांतले अंतर कमी होत होते. बाजीराव नजीक आले आणि अस्मान परत उधळला. बाजीरावांचा डोळ्यांवर विश्वास बसत नव्हता. मस्तानीने अस्मानला टाच दिलेली त्यांनी पाहिली होती. बाजीरावांनी आपला घोडा आवरला. पुढे गेलेल्या मस्तानीने बाजीराव थांबलेले पाहिले. तिने अस्मानला वळवले. सामोऱ्या येणाऱ्या मस्तानीकडे बाजीराव कौतुकाने पाहात होते. मस्तानीचे रूप आणखीन खुलून दिसत होते. मस्तानीने डोक्यावर वलंदाजी टोपी घातली होती. निळ्या आखूड झग्यावर जरीफतू शोभत होती. तंग विजार आणि पायांत मखमली मोजडी असा तिचा वेश होता. त्या वेशातले ते मिजासदार सौंदर्य बाजीराव भान विसरून पाहात होते. पानाची पिंक गिळली तर ती गळ्यातून दिसावी, तशी मस्तानीची नितळ कांती. नाकातल्या चमकीचा तेजस्वी खडा तळहातावर धरला असता चमकावा, तशी नाजूक शरीरयष्टी. अशा मस्तानीची ती तुफान घोडदौड पाहून बाजीराव चकित झाले होते.

मस्तानी नजीक आली तरी बाजीरावांची नजर ढळली नाही.

"काय पाहाता ?'' मस्तानीने विचारले.

"वीज.''

"मी का विजेसारखी आहे ?''

"त्याखेरीज दुसरी उपमा नाही. आकाशातून उतरलेली वीज कधी पाहिलीस ? ती अशीच नाजूक दिसते. पण तेवढीच तिची ताकदही अफाट असते.''

"अन् आवाज ?''

"तो तिचा नसतो. तिच्या आगमनाने दिपलेल्या आसमंताची ती धडकन असते.''

मस्तानी त्या बोलांनी लाजली. बाजीरावांनी विचारले,

"मस्तानी, आम्ही तुझ्या घोडदौडीवर खूष आहो. त्याचं तुला काही तरी बक्षीस द्यायला हवं.''

"मागू ?''

"जरूर !''

"मी ऐकलंय की, तुम्ही भालाफेक फार सुरेख करता. त्यात आपला हात धरणारा कोणी नाही. मला ते पाहायचंय.''

"पण मस्तानी, भालाफेक पाहावी रणांगणावर. शत्रुपक्षाची अंबारी नजरेत यावी. ईर्ष्येने भाला तेजीत दौडावं अन् एका फेकीत अंबारी मोकळी करावी. त्यात खरी गंमत असते. ती तेथे कशी पाहायला मिळणार ?''

"नशिबात असेल तर तेही पाहता येईल. पण तोवर....''

"ठीक आहे. आम्ही आमचं कसब जरूर दाखवू.''

"केव्हा ?''

"हवेलीत गेल्यावर. झालं ना ?''

बाजीराव नजीक येताहेत हे पाहताच मस्तानीने अस्मानला टाच दिली. दोन्ही स्वार भरधाव वेगाने हवेलीकडे सुटले.

हवेलीसमोर येताच बाजीरावांनी सेवकांना सांग आणण्याची आज्ञा केली. काही क्षणातच सेवक दोन लोखंडी सळ्यांचे तेजदार भाले घेऊन आले. बाजीरावांनी आपल्या कमरेचा शेला सोडला. त्याची चुंबळ करून ती सेवकाच्या हाती दिली. बाजीरावांच्या आज्ञेनुसार ती चुंबळ हवेलीपासून बऱ्याच अंतरावर माळावर ठेवण्यात आली. बाजीरावांनी सांग घेण्यासाठी मागे पाहिले. तेव्हा

स्वार झालेली मस्तानी एक भाला हाती घेऊन निरखीत होती. बाजीरावांनी दुसरा भाला घेतला. क्षणभर त्याचे वजन तोलले आणि त्यांनी घोड्याला टाच दिली. घोडा भरधाव सुटला. जमिनीवर ठेवलेल्या चुंबळीजवळ येताच बाजीरावांनी भाला फेकला. भाला वेगाने चुंबळ भेदून जमिनीत रुतला होता. बाजीरावांचा घोडा वेगाने पुढे सरकला होता. बाजीराव घोडा वळविण्याच्या विचारात असतानाच त्यांच्या कानावर टापांचा आवाज आला. बाजीरावांनी पाहिले तो एका हाती भाला तोलीत मस्तानी भरधाव वेगाने येत होती. क्षणाक्षणाला तिचा वेग वाढत होता. तिने भाला सोडला. बाजीरावांच्या भाल्याला लागूनच तो भाला चुंबळीत घुसला होता. दोन्ही सळ्या थरथरत होत्या. बाजीराव ते कसब पाहून थक्क झाले. मस्तानी दौडत जवळ आली होती. अस्मानच्या मानेवर ओणवे होऊन मस्तानी त्याची घामेजलेली मान थोपटत होती. बाजीरावांनी कौतुकाने विचारले,

"मस्तानी, हेही कसब तुझ्या हाती आहे ? आणखीन काय येतं ?" मस्तानी बाजीरावांच्या नजरेत नजर देत म्हणाली,

"हुजूर, थोडी तलवारही चालवता येते."

बाजीराव मोठ्याने हसले.

"ते आम्हांला माहीत आहे. ह्या तुमच्या नजरबंदीने तर आम्ही पहिल्याच भेटीत घायाळ झालो."

घोडी सावकाश पावले टाकीत होती. हसत खेळत दोघे हवेलीजवळ येत होती. आकाशात सूर्य चढत होता.

कोथरूडचा मुक्काम संपवून बाजीराव पुण्याला आले. पण त्यांचे मन पुण्यात गुंतत नव्हते. कोथरूडच्या खेपा वाढत होत्या. पुण्यात शनवारवाड्याचे काम पुरे होत आले होते. वाड्याभोवती दहा डौलदार बुरुजांनी संगीन तट पुरा झाला. अनेक सदरा, फडाची जागा, गणेश महालासारख्या भव्य वास्तू उभारल्या जात होत्या. वाड्याची शुभ मुहूर्तावर वास्तुशांत करून, हिराबागेतील पेशव्यांची मंडळी शनवारवाड्यात राहावयास गेली.

त्यानंतर बाजीरावांनी मोहिमांना परत सुरुवात केली. माळव्याची राहिलेली मोहीम पुरी करण्यासाठी चिमाजी अप्पांना माळव्यात पाठविले आणि आपण स्वत: मोगलाईत जाण्याचा बेत आखला. मुहूर्त पाहून बाजीराव मोहिमेसाठी बाहेर पडले आणि थोड्याच दिवसांत पुण्याला बातमी आली, — बाजीराव

मोहिमेवर जाताना संगती मस्तानीलाही घेऊन गेले आहेत.

बाजीराव मोगलाईची मोहीम आटोपून आले. पावसाळा पुण्यात काढून परत मोगलाईची मोहीम त्यांनी काढली. मस्तानी गर्भवती असल्याने तिला बरोबर नेता आले नाही. मोगलाईची मोहीम संपवून बाजीराव जेव्हा माघारी आले, तेव्हा मस्तानीला पुत्रप्राप्ती झाल्याची बातमी त्यांना ऐकायला मिळाली. बाजीराव कोथरूडला गेले.

मस्तानीने मोठ्या कौतुकाने मुलाला बाजीरावांच्या मांडीवर दिले. बाजीराव आपल्या मुलाला निरखीत होते. मुलाला परत पाळण्यात ठेवीत असता त्यांचे लक्ष पाळण्यावर टांगलेल्या तलवारीकडे गेले. बाजीरावांनी विचारले.

“पाळण्यावर ही तलवार का लावली ?”

मस्तानी हसली. म्हणाली,

“पाळण्यावर शस्त्र लावलं की बाधा होत नाही म्हणे.”

पाळण्यातल्या मुलावर नजर रोखीत बाजीराव बोलून गेले.

“बाधा ? आणि आमच्या चिरंजीवांना ? नाही मस्तानी, ते अशक्य आहे. बाळापणापासून ह्याच्या नजरेसमोर समशेर ठेवली तर हा समशेरबहाद्दर होईल.”

“कुणास माहीत, त्याच्या नशिबी काय आहे ते !”

“ते भविष्य वर्तवण्यास ज्योतिष्याची गरज नाही. जसे आमचे नाना, रघुनाथ, जनार्दन, तसेच हे चौथे.”

“खरं ?” मस्तानीने विचारले.

“त्यात शंका का वाटते ? मस्तानी, आमच्या मनात खूप आहे. आम्ही ह्याला कसलीही कमतरता भासू देणार नाही. आम्ही याची मुंजसुद्धा आमच्या इतर मुलांसारखीच करू. याला असं वाढवू की, याचं नाव...”

मस्तानी एकदम हसली. त्या हसण्याने बाजीराव बोलता बोलता थांबले.

“का हसलात ?”

आपलं हसू कष्टानं दाबीत मस्तानी पाळण्यातल्या मुलाकडे पाहत म्हणाली,

“अजून नावाचा पत्ता नाही अन् इकडे याच्या पराक्रमाच्या कथा चालल्या आहेत, म्हणून हसू आवरलं नाही.”

“नाव ? ते तर केव्हाच ठरलं.”

“काय ठरलं ? ऐकू द्या तरी.”

"ऐकण्याचं राहिलंच कुठं ? ज्याच्या पाळण्यावर तलवार लटकवली, त्याचं नाव समशेरबहाद्दरच असणार. आम्ही तरी त्याला याच नावानं पुकारणार !"

"मला पण आवडलं." मस्तानी बाजीरावांच्या नजीक येत बोलली.

दोघांचे लक्ष पाळण्याकडे गेले तेव्हा, पाळण्यात समशेर शांत झोपी गेला होता.

बाजीरावांचे मन आता शनवारवाड्यात गुंतत नव्हते. मोहिमांचा काळ सोडला, तर पुण्यातल्या मुक्कामातील बरेच दिवस मस्तानीच्या सहवासात जात. मस्तानीचा सहवास, रंगणाऱ्या मैफली, समशेरबहाद्दरच्या बाललीला, यांत त्यांच्या मनाचा थकवा नाहीसा होई. पण या मुक्कामाच्या ज्या बातम्या पुण्यात येत होत्या, त्यांनी पुण्यात मात्र कुजबूज वाढत होती. पेशवे यावनी कंचकीच्या आहारी गेले, पेशवे मद्यमांस सेवन करतात, या बातम्यांनी पुण्याच्या राजकीय वर्तुळात बेचैनी वाढत होती. ही कुजबूज पेशव्यांच्या पत्नी काशीबाई यांच्याही कानावर गेली. काशीबाई नेहमी आजारीच असत. या बातम्यांनी त्यांची चिंता वाढली. एके दिवशी त्यांनी हा विषय बाजीरावांकडे काढला—

"आम्ही ऐकतो ते खरं का ?"

"कशाबद्दल ?"

"कोथरूडच्या महालाबद्दल."

बाजीरावांनी निःश्वास सोडला. ते म्हणाले,

"खरं आहे. साऱ्या पुण्याला ते माहीत आहे."

काशीबाई त्या उत्तराने निराश झाल्या. त्यांनी कष्टाने विचारले,

"आपल्यासमोर कोणी काही बोलत नाहीत. पण माघारी..."

"माघारी काय बोलतात याचा विचार आम्ही केला नाही. करणार नाही. आमच्या माघारी आमच्याबद्दल हवं ते छत्रपतींच्या कानावर घालण्यातही त्यांनी कमी केलं नाही."

"मग ?" भीतीयुक्त नजरेने काशीबाईंनी विचारले.

बाजीरावांच्या चेहऱ्यावर स्मित झळकले. आपल्या संजाबावरून हात फिरवीत ते म्हणाले,

"छत्रपती हलक्या कानाचे नव्हेत. कान भरू पाहणाऱ्यांनाच त्यांनी कानपिचक्या देऊन परत पाठविलं. त्यांनी सांगितलं— उत्तरेच्या सनदा आणून, छत्रपतींच्या राज्याचं साम्राज्य करण्याचा पराक्रम कोणीही करावा आणि पदरी असल्या दहा

कंचकी बाळगाव्या. आम्ही त्याची चौकशी करणार नाही.''

काशीबाई त्या बोलण्याने निरुत्तर झाल्या.

''एक सांगितलं तर ऐकायचं होईल ?''

''आम्ही तुमचा शब्द कधीही डावलला नाही. आमचा छंद आणि व्यसन सोडून काहीही सांगा. ते आम्ही जरूर पाळू.''

''आपण काय करावं हे मी कोण सांगणार ? पण वारंवार कोथरूडला जाणं चर्चेचा विषय होतो. तिकडं...''

''आम्ही सांगितलं ना — आमचा छंद आणि व्यसन...''

''त्याबद्दल बोलत नाही मी. पण ही चर्चा...''

''त्याला आम्ही किंमत देत नाही.''

''येवढी का ती सुंदर...''

''काशी, या बाजीरावाच्या मनावर वासनेनं सत्ता गाजवली असती तर, आज शनवारवाडा कुळंबिणींनी भरून गेला असता. नुसत्या संगीतावर आम्ही मुग्ध झालो असतो तर, नाचीच्या महालात अखंड सुरांची बरसात आम्ही केली असती. मस्तानी लावण्यवती आहे. पण त्याहीपेक्षा या बाजीरावाच्या मनावर सत्ता गाजवणारी एक गोष्ट तिच्याजवळ आहे.''

''ती कोणती ?''

''निष्ठा !'' बाजीराव बोलत होते. नजर अज्ञातात खिळली होती. ''तिच्या रूपात, आवाजात, नजरेत याखेरीज काही दिसत नाही.''

''एकदा तिला पाहावं असं वाटतं.''

बाजीरावांनी काशीबाईंकडे पाहिले. काशीबाईंची नजर शांत होती. त्यात उपरोध नव्हता. बाजीरावांच्या साऱ्या जीवनात काशीबाईंनी कधीच विरोध केला नव्हता. आजारांनी थकलेले, पण सारे सोसूनही शांत राहिलेले ते रूप पाहून बाजीराव क्षणभर बेचैन बनले.

''काशी, खरं सांगू ? आमच्यासुद्धा मनात हा विचार अनेक वेळा येऊन गेला. एकदा तिला तुम्ही पाहावं असं आम्हालाही वाटतं.''

''मग तिला आणा ना !''

''कुठं ? इथं ?''

''का ? काय हरकत आहे ?''

''काय हरकत आहे ? तसं घडलं तर पुण्यात हाहाकार माजेल.''

''काही होणार नाही. जे झालं त्यापेक्षा काय होणार ? शनवारवाडा

म्हणजे काही चावडी नाही. ते पेशव्यांचं राहतं घर आहे. त्या घरात काय घडावं हे त्या घरच्यांनी ठरवावं.''

''काशी...''

''मी बोलते तेच खरं. आपण तिला इथं आणलंत तर, ही चर्चा आपोआप थांबेल. आपला इथला मुक्काम वाढेल. दौलतीची कामं सुरळीत पार पडतील.''

''पण आईसाहेब...''

काशीबाई क्षीण हसल्या. ''सासूबाईंची भीती येवढी असती तर हे घडलंच नसतं.''

''आम्ही विचार करू.'' बाजीरावांनी आश्वासन दिलं.

बाजीरावांना काशीबाईंचा विचार पटला. मस्तानीला शनवारवाड्यात आणण्याचं त्यांनी ठरवलं. विचार पक्का झाला. मस्तानीसाठी खास महाल बांधण्याचे काम सुरू झाले. बाजीराव आपली मोहीम आटोपून येईपर्यंत महाल पुरा झाला होता.

एके दिवशी दुपार टळल्यावर कोथरूडहून मस्तानी येत असल्याची वर्दी वाड्यात आली. शाही मेणा वाड्यात आला तेव्हा काशीबाई सज्ज्यात दासीसह उभ्या होत्या. मेणा उतरवला गेला. भोई माघारी गेले. दासीने मेणाचा पडदा दूर केला आणि मस्तानी मेण्याबाहेर आली. मस्तानीची नजर त्या वाड्याच्या वास्तूवरून फिरत होती. अचानक तिची नजर सज्ज्यात उभ्या असलेल्या काशीबाईंवर खिळली. काशीबाई ते लावण्य पाहून थक्क झाल्या. गडबडीने आपल्या चेहऱ्यावर ओढणी घेऊन दासीपाठोपाठ जाणाऱ्या मस्तानीकडे पाहत काशीबाई नकळत बोलून गेल्या

''इकडचा जर हा शौक असेल, तर आमची काही ना नाही.''

बाजीरावानी मस्तानीला शनवारवाड्यात आणल्याची बातमी पुण्यात पसरायला वेळ लागला नाही. पुण्याच्या ब्राह्मणवर्गात तर ती बातमी विजेसारखी धक्का देणारी ठरली. एका यवन कंचकीला पेशवे आश्रय देतात, तिला व तिच्या मुलाला शनवारवाड्यात आणतात, ही घटनाच मुळी अतर्क्य. ज्या शनवारवाड्यात होम व्हायचे, तेथे अभक्ष्य भक्षण केले जात होते. ज्या भूमीवर दुधा-तुपाच्या धारा सांडायच्या, तेथे मद्याचे बुधले रिकामे होत होते. जेथे मंत्रोच्चाराने भूमी भारली जायची, त्याच वास्तूवर नर्तकीचे पदन्यास उमटू लागावेत, हे कसे सहन होणार ?

पुण्यातला हा वाढता असंतोष बाजीरावांना जाणवत नव्हता. मस्तानीच्या सहवासात त्यांचे मन रमत होते. शनवारवाड्यातील सणासुदीच्या, उत्सवाच्या वेळी मस्तानीचे गाणे गणेशमहालात होत होते. मस्तानीचे वाढते प्रस्थ पाहून पुण्यातील शिष्टाईत आणखी भर पडत होती. मस्तानीला शनवारवाड्यात ठेवून बाजीराव उत्तरेच्या मोहिमेला गेले आणि पुण्यात बाजीराव-मस्तानी चर्चेला ऊत आला. पेशव्यांनी आपले वर्तन सुधारले नाही तर, त्यांना वाळीत टाकण्याचे घाटत होते. या वाढत्या असंतोषाला खुद्द शनवारवाडासुद्धा अपवाद राहिला नाही. पेशव्यांच्या वाड्यात पेशव्यांच्या मातोश्री राधाबाई, पेशव्यांचे थोरले चिरंजीव नानासाहेब मस्तानीविरुद्ध बोलू लागले हाते. पेशवे वाळीत पडणार, मुलांच्या मुंजी होणार नाहीत, या बातम्यांमुळे काशीबाई पण व्यथित झाल्या होत्या. चिमाजी आप्पांवर हे सारे खापर फोडले जात होते. त्यांच्यामुळेच बाजीरावांच्या जीवनात मस्तानीचा प्रवेश झाला असा त्यांच्यावर सर्वांचा आरोप होता. एका बाजूला भावाचे प्रेम आणि दुसऱ्या बाजूला धर्म, घराण्याची प्रतिष्ठा यांत चिमाजींचा कोंडमारा होत होता.

दोन प्रहरच्या वेळी शनवारवाड्यातील राबता थोडा मंदावला होता. सर्वत्र शांतता होती. मस्तानीमहालाबाहेर समशेर खेळत होता. मस्तानी आपल्या दासीसह पट खेळत होती. पण डावात लक्ष लागत नव्हते. मस्तानी कंटाळून म्हणाली,

"खेळ पुरा करू.''

"का ?'' दासीने विचारले.

"डाव रंगत नाही. भारी कंटाळा आलाय बघ.''

"येणारच !'' दासी हसून म्हणाली.

"का ?'' मस्तानीने विचारले.

"या डावात एक जीत तरी, नाही तर हार तरी मानलीच पाहिजे.''

"सगळ्याच डावात ते असतं.''

"नाही हं !'' आपली नजर मस्तानीवर रोखीत दासी म्हणाली, "हुजुरांच्या डावाबरोबरची गोष्ट निराळी असते.''

"ती कशी ?''

"त्या डावात कोणीही हरलं तरी जीत तुमचीच असते.''

"चल ! खट्याळ कुठली !'' मस्तानीने समोरचा डाव उधळला.

दासी हसत पट गोळा करीत होती. मस्तानी बाजीरावांच्या आठवणीत गुंतली होती. मस्तानी म्हणाली,

"जाऊन वर्ष होत आलं, नाही ?"

"हो ना !"

मस्तानीने दीर्घ नि:श्वास सोडला. ते पाहून दासी म्हणाली,

"पण आता फार वाट पाहावी लागणार नाही."

"का ?"

"हुजुरांचा मुक्काम औरंगाबादेत आहे. वर्दी आली आहे."

"खरं ?"

"अगदी खरं !"

त्याच वेळी समशेर धावत आत आला. त्याच्या मागून येणाऱ्या चिमाजींवर नजर जाताच मस्तानी गडबडीने उभी राहिली. दासीने पट आवरला. चिमाजींना महाली आल्याचे पाहून मस्तानीला आश्चर्य वाटले.

चिमाजींच्या चेहऱ्यावर नेहमीची प्रसन्नता नव्हती. चेहरा चिंताग्रस्त दिसत होता. समशेरला त्यांनी बाहेर जाण्यास सांगितले. समशेर दासीसह महालाबाहेर गेला. चिमाजींची नजर मस्तानीवर रोखली होती. त्या नजरेने बेचैन झालेल्या मस्तानीने विनंती केली—

"बसावं."

त्या शब्दांनी चिमाजी भानावर आले. पाठीशी हात बांधून ते महालात फेऱ्या घालू लागले. मस्तानी चिमाजींकडे पाहात होती. मध्येच चिमाजी थांबले. त्यांनी एकदम विचारले,

"मी का आलो, माहीत आहे ?"

"जी नाही."

"या महालाबाहेर तुला घालवून देण्यासाठी आज आम्ही इथं आलो आहोत हे सांगितलं तर खरं वाटेल ?" मस्तानीच्या नजरेला नजर भिडवीत चिमाजींनी विचारले.

मस्तानीच्या चेहऱ्यावर हसू उमटले, आपली नजर न वळवता तिने नकारार्थी मान हलवली.

"खरं वाटत नाही ?" चिमाजींनी विचारले.

"मुळीच नाही."

"कारण ?"

"ज्यांनी मला आश्रयाची जागा दाखवली, तेच माझा आश्रय तोडतील कसा ?"

मस्तानी सहज बोलून गेली. पण त्या शब्दांनी चिमाजींचा सारा संताप उफाळला.

"हेच ते ! तेच कारण घडलं बरं ! सारा दोष आज एकट्या माझ्या माथी आला. दादासाहेबांसमोर तुला उभं केलं तेच चुकलं. एवढ्या थराला या गोष्टी जातील असं चुकूनही वाटलं नव्हतं."

"काय केलंय मी ?"

"काय केलंय ? काय शिल्लक राहिलंय ?" हात उडवीत चिमाजी म्हणाले.

"ज्या वाड्यात देवधर्म, नैवेद्य, होमहवन चालायचं, तिथं गाण्याच्या मैफली रंगतात. मद्याच्या सुरया रिकाम्या होतात. अन्.... जाऊ दे. तुला सांगून ते काय कळणार ? तुला यापुढं इथं राहता येणार नाही."

"कुठं जाऊ मी ?"

"कुठंही."

मस्तानीला सारा महाल फिरल्याचा भास झाला. डोळ्यांतले अश्रू गालांवरून निखळले. चिमाजींचे शब्द तिच्या कानांवर पडत होते.

"मस्तानी, तू चिंता करू नकोस. तू मागशील तेवढी संपत्ती मी तुला देईन. आयुष्याची ददात मिटेल."

मस्तानीचे थरथरणारे ओठ आवळले गेले. तिच्या भकास नजरेत एक वेगळीच चमक उठली.

"हीच माझी किंमत केलीत ?"

"कंचकीला आणखी काय हवं असतं ?" चिमाजीने विचारले, "मस्तानी, जे झालं, त्याबद्दल मी तुला दोष देत नाही. पण अती लोभ धरून तुझं हित होणार नाही. एका रखेलीसाठी जीवन बरबाद करणं दादासाहेबांना परवडायचं नाही. तू माझं ऐक."

"आपल्या आज्ञेबाहेर मी मुळीच जाणार नाही." मस्तानी रुक्षपणे म्हणाली.

चिमाजींना मोठे समाधान वाटले.

"आम्ही आमचा शब्द पाळू. तू मागशील तेवढे द्रव्य तुला देऊ."

"आणि समशेर... ?"

चिमाजी हसले. मस्तानीकडे न पाहता ते म्हणाले,

"खरंच, तुमची जात भारी हुशार ! आम्ही आमच्या वचनापासून मागे

फिरणार नाही. आम्ही समशेरला उत्तरेत जहागीर देऊ. तिथं तुला याच ऐश्वर्यात राहता येईल.''

मस्तानीचा सारा संयम ढळला. तिने आपले अश्रू पुसले. तिचा आवाज रुक्ष बनला.

''एवढ्यावर हा सौदा तुटेल असं वाटत नाही.''

''तुला तरी काय काय... ?'' चिमाजी वैतागले.

''फक्त एकच गोष्ट हवी. तेवढी एक मिळाली की, मी कुणाच्या जीवनात ढवळाढवळ करायला येणार नाही.''

''माग ! पेशव्यांच्या इभ्रतीसाठी कोणतंही मोल आम्ही कमी लेखणार नाही.''

उभ्या जागी मस्तानीचे डोळे परत भरले. जीव गहिवरून आला. आपल्या भावना आवरण्याचा प्रयत्न करीत ती बोलू लागली,

''पेशव्यांना इभ्रत असते. आम्हांला कुठली ? जिथं शरीराला मोल नाही तिथं मनाला कोण विचारणार ? आठवतं ?.... जेव्हा आपण माझ्या पहिल्या मालिकांचा पराभव केलात तेव्हा मी विष घेत होते. आम्हा कंचकींना हिऱ्याची पारख नसेल, पण कष्ट न पडता जीवन संपवणाऱ्या विषाची चांगली माहिती असते. तसलंच एक मी त्या वेळी घेत होते. आपण मला रोखलंत. माझा जीव वाचवलात....''

''ते मला माहीत आहे. तुला काय हवं तेवढंच सांग.''

''तेच सांगते मी. माझ्या हातून जो विषाचा पेला काढून घेतला ना, तेवढा परत द्या. आपली न् माझी, दोघांचीही चिंता दूर होईल.''

मस्तानीचे मागणे ऐकून चिमाजी थक्क झाले. मस्तानीला उभे राहणे कठीण होत होते. ती सावकाश बसली आणि बसत असतानाच तिची शुद्ध हरपली. महालात दासींची एकच धावपळ उडाली आणि त्या साऱ्या प्रकारात गोंधळलेले चिमाजी महालाबाहेर निघून गेले.

त्यानंतर दोनच दिवसांत मस्तानीने हिराबागेत जाण्याचा निर्णय घेतला. मस्तानी आपल्या सरंजामासह हिराबागेतील महालात गेली. पण शनवारवाड्यातील वातावरण बदलले नाही. मस्तानी हिराबागेत गेल्यामुळे धर्माचे पारडे जड झाले होते. वाड्यात आणि वाड्याबाहेर धर्ममंडळाच्या बैठकी होत होत्या. पेशवे वाळीत पडणार, पेशव्यांचे शुद्धीकरण होणार, पेशव्यांच्या मुलांच्या मुंजी

होणार नाहीत, अशा अनेक बातम्या उठत होत्या. त्या चिंतेखाली चिमाजी, नानासाहेब, काशीबाई, मातोश्री राधाबाई ही मंडळी होरपळत होती.

बाजीराव विजय संपादन करून मोहिमेवरून परतले. शनवारवाड्यात येताच मस्तानी हिराबागेत गेल्याचे त्यांना कळले. बाजीरावांचा सारा संताप उफाळून उठला. आपल्या अपरोक्ष मस्तानीला हिराबागेत हलवण्याचा कट आपल्या घरात शिजावा याचे त्यांना भारी दुःख झाले. बंधू चिमाजी, पत्नी काशीबाई, मातोश्री राधाबाई, एवढेच नव्हे तर, खुद्द मुलगा नानासाहेब... सारे मस्तानीविरोधी उभे होते. बाजीरावानी सांगितले,

"ठीक आहे. मस्तानीच्या जाण्याने धर्म वाचत असेल, मुलांच्या मुंजी होणार असतील, छत्रपतींची नाराजी दूर होणार असेल, तर त्यापुढं आमची चिंता कसली करता ? तुमच्या सुखाआड आम्ही मुळीच येणार नाही. पण त्याचबरोबर आमचं सुख आम्ही कुणाला हिरावू देणार नाही. आजपासून आम्हीही हिराबागेत जाऊ."

बाजीराव हिराबागेत राहू लागले. मस्तानी शनवारवाड्यातून हिराबागेत गेली, हा विजय मानणारे त्या कृतीने अधिक संतप्त झाले; छत्रपतींच्या कानांवर ही गोष्ट गेली. त्यांनीही बाजीरावांना दोष दिला. घरातला बेबनाव, शहरातील कुजबूज आणि छत्रपतींचा ठपका यांनी बाजीरावांची बेचैनी वाढत होती. सावकारांचा तगादा आणि नव्या मोहिमांचे बेत यांत त्यांचा जीव पोळला होता. मस्तानीचा सहवास एवढा एकच दिलासा त्यांच्या जीवनात उरला होता. लोकनिंदा अथवा छत्रपतींची गैरमर्जी यांची खंत न करता, बाजीराव बेगुमानपणे आपले जीवन जगत होते.

पुण्यावर काळोखी रात्र उतरली होती. शहराची वर्दळ संपून सर्वत्र नीरव शांतता पसरली होती. जळते टेंभे हाती घेऊन गस्त घालणारे अजून पुकार देत नव्हते, सारे पुणे निद्राधीन झाल्याचा भास होत होता. ह्याला फक्त एकच अपवाद होता. हिराबागेतील महाल मात्र अद्याप जागा होता. नुकतेच महालातले गाणे संपले होते. साजिंदे निघून गेले होते. महालाच्या गालिचावर मांडलेल्या बैठकीवर बाजीराव बसले होते. त्यांची नजर समोरच्या बैठकीवरील मस्तानीवर खिळली होती. आडव्या ठेवलेल्या तानपुऱ्याच्या तारांवरून तिची नाजूक बोटे सावकाश फिरत होती. गाणे संपले होते, पण त्या गाण्याची धुंदी त्या झंकारांनी उठलेल्या बोलांत रेंगाळत होती. मद्याने धुंदावलेल्या नेत्रांनी बाजीराव

समोरचे सौंदर्य पाहत होते. बाजीरावांनी आपल्या बैठकीजवळची जागा दाखवीत मस्तानीला तेथे येण्यास खुणावले. मस्तानी मोहक हसली आणि तिने नकारार्थी मान हलवली. बाजीराव हसले. म्हणाले,

"मग आम्ही तिथं यावं का ?"

मस्तानीच्या चेहऱ्यावर तेच हसू होते. तिने होकारार्थी मान हलवली आणि खरोखरच बाजीराव उठताहेत हे पाहाताच ती गडबडीने उठली. बाजीरावांच्या जवळ जाऊन ती उभी राहिली. बाजीरावानी हात उंचावला; मस्तानीचा हात त्यात सामावला गेला. बाजीराव मस्तानीकडे पाहत म्हणाले,

"उठलात का ? खरंच आम्ही आलो असतो."

"पण सरकारस्वारींना त्यात त्रास झाला असता. आणि..."

"आणि काय ?"

"त्या त्रासाबद्दल मला शिक्षा भोगावी लागली असती."

बाजीराव हसले. म्हणाले, "शिक्षा तशी टळणार नाही."

आणि बेसावध असलेल्या मस्तानीचा हात त्यांनी ओढला. तोल सावरण्याची उसंत मस्तानीला मिळाली नाही. ती बाजीरावांच्या मिठीत ढासळली. बाजीरावांच्या स्पर्शाने सुखावलेली मस्तानी बाजीरावांच्या छातीवर मान विसावीत म्हणाली,

"हे काय ? महालाचे दरवाजे उघडे आहेत. कुणी आलं तर ?"

"कुणी आलं तर गर्दन छाटली जाईल. आम्ही एकान्ती असता, ती हिंमत कुणाची होणार नाही."

बाजीरावांनी मस्तानीचा चेहरा डाव्या हातावर तोलला होता. उजव्या हाताचे बाट मस्तानीच्या कोरीव भुवयांवर फिरत होते. ते बोट फिरत, टपोऱ्या डोळ्यांवरून गालावर उतरले. मस्तानीची नजर बाजीरावांच्या नजरेला भिडली होती. बाजीरावांचा श्वास तिला जाणवत होता. मद्याने धुंदावलेल्या नजरेला रक्तिमा चढत होता. मस्तानीच्या पातळ ओठांवर बाजीरावांच्या बोटांचा स्पर्श झाला. ती नजर असह्य होऊन मस्तानी कष्टाने म्हणाली,

"काय पाहता ?"

"तुला !"

"दृष्ट लागेल हं !" मस्तानी म्हणाली.

"खरंच आहे. मस्तानी, तुझं सौंदर्य चंद्रकलेसारखं आहे. दररोजच्या सौंदर्यात नवी भर आहे. प्रत्येक दिवशी तू नवी भासतेस."

"हुजूर ! पौर्णिमा सरली की, तीच चंद्रकला पाहवत नाही."

"पौर्णिमा फार दूर आहे मस्तानी,"

"मला भीती वाटते."

मस्तानीला सामोरे बसवीत बाजीरावांनी विचारले,

"कसली ?"

"...ही सोबत कधी सुटू नये."

"मस्तानी, आम्ही सांगतो त्यावर विश्वास ठेव. आम्ही आयुष्यात आमच्यासाठी म्हणून कधीही, कोणत्याही गोष्टीला हात घातला नाही आणि जी गोष्ट आम्ही एकदा हाती धरली, ती कधीही सोडली नाही. मस्तानी, तुझा-माझा वियोग मृत्यूलाही करणं शक्य नाही."

बाजीरावांनी त्याच बेचैनीत मद्याचा पेला उचलला. तो भरून मस्तानीच्या हाती दिला. बाजीरावांनी आपला पेला भरून घेतला. काही न बोलता दोघे मद्याची चव घेत होते. मद्याचा आंबूस, उन्मादक वास दोघांच्याही मध्ये रेंगाळत होता. मद्याचे पेले रिकामे होईपर्यंत कोणी काही बोलत नव्हते. बाजीरावांचे लक्ष समोरच्या बैठकीवरील तानपुऱ्याकडे गेले. तिकडे बोट दाखवीत ते म्हणाले,

"मस्तानी, तानपुरा छेडतेस ?"

"जी !"

"छान जुळलाय तानपुरा आज... जोड जमावी तसा !"

मस्तानी उठत असता बाजीरावांनी मस्तानीला थांबविण्यासाठी हात पुढे केला. मस्तानीच्या ओढणीचा शेवट त्यांच्या हाती आला. ती रेशमी ओढणी सळकन् खांद्यावरून ओघळली. लज्जेने संकोचित झालेली मस्तानी कृत्रिम कोपाने वळली. ती काही तरी बोलणार, तोच दारात पावलांचा आवाज झाला. दोघांची नजर दरवाज्याकडे वळली. दरवाज्यातून चिमाजी आत आले होते. आश्चर्यचकित झालेल्या मस्तानीने एकदम ओढणी नाही हे लक्षात घेऊन छातीशी हात घेतले. गडबडीने पाठमोरी होऊन तिने ओढणी घेतली. ती अंगावर घेऊन ती बैठकीपासून दूर सरली.

बाजीरावांचा डोळ्यांवर विश्वास बसत नव्हता. किंचित नतमस्तक होऊन चिमाजीआप्पा म्हणाले,

"क्षमा असावी."

"क्षमा कसली ?" बाजीराव हसत म्हणाले, "आम्ही एकान्तात असता तुमच्याखेरीज आमच्या महाली येण्याची हिंमत कुणाची ? चिमाजी, एवढ्या

मध्यरात्री कोणत्या तातडीच्या मोहिमेची वर्दी घेऊन आलात ते तरी सांगा.''

चिमाजींनी एकवार मस्तानीकडे पाहिले आणि टाळी वाजवली. त्या टाळीबरोबर सातआठ शस्त्रधारी हशम आत प्रवेशले. मस्तानीकडे बोट दाखवीत चिमाजी गरजले,

''गिरफदार करा तिला.''

आणि क्षणात मस्तानी गिरफदार केली गेली. आपल्या डोळ्यांदेखत काय घडते यावर बाजीरावांचा विश्वास बसत नव्हता. बाजीरावांकडे लक्ष न देता गिरफदार केलेल्या मस्तानीकडे बोट दाखवून चिमाजींनी आज्ञा दिली,

''त्यांना घेऊन जा अन् सांगितल्याप्रमाणं पर्वतीवर सक्त नजरेत ठेवा.''

हशम मस्तानीला घेऊन गेले. बाजीराव भानावर येत होते, सारा संताप उफाळत होता. चिमाजीवर नजर रोखीत बाजीराव बोलले,

''चिमाजी ! ही हिंमत ?''

''क्षमा असावी.'' चिमाजी शांतपणे म्हणाले, ''यात मला परम दुःख आहे. पण याखेरीज मला दुसरा मार्ग राहिला नाही.''

''अस्सं !'' बाजीरावांनी टाळ्या वाजवल्या, पण दरवाज्यातून कोणी आलं नाही.

''वाड्यावर चौकी पहारे जारी झाले आहेत.'' चिमाजींनी शांतपणे सांगितले.

''मग करा ना आम्हांलाही जेरबंद !'' बाजीराव उफाळले.

''ऐकावं ! आपण गिरफदार न व्हावं म्हणूनच हे करावं लागलं.''

''आम्ही समजलो नाही.''

''लहान तोंडी मोठा घास घ्यावा लागतोय. ह्या कंचकीमुळे सातार-दरबारी तक्रारी गेल्या आहेत. छत्रपतींनी जाब विचारला आहे.''

''पेशवे आम्ही ! त्याचं उत्तर आम्ही देऊ.''

''धर्ममंडळाने निर्णय घेतला आहे. जोवर ही कंचकी दूर होणार नाही, तोवर मुलांच्या मुंजीही होणे कठीण आहे. पेशवे घराणे वाळीत पडेल.''

''आणि त्या भटांच्या निर्णयाला तुम्ही भ्यालात ?''

''जी ! आपणही भटच आहोत. मीही त्याच घराण्यातला वंशज आहे. मीही कुणाचा तरी दीर आहे. भावाच्या आज्ञेइतकीच आईची आज्ञा मला शिरसावंद्य आहे. छत्रपतींचा मी इमानी सरदार आहे. पेशव्यांच्या मसनदीला माझं रक्ताचं नातं जखडलं आहे.''

त्या बोलण्याने बाजीरावांचा संताप उसळला.

''आणि आम्ही... आम्ही रक्ताला बेइमानी, पेशवेपदाला नालायक... छत्रपतींच्या गादीला दगाबाज, असंच ना ? गुन्हा काय घडला ? तर आम्ही मस्तानीला आश्रय दिला. बस्स् ! तेवढ्यानं सारं हरवलं ? आमच्या बाजूला काहीच का जमा नाही ? भीमा-कृष्णेच्या मधल्या मुलखावर असलेली छत्रपतींची सत्ता आणि शिक्का आम्ही काशीपासून रामेश्वरापर्यंत भिडवला. हे केलं ते त्या गादीच्याच इमानासाठी ना ! कोणता स्वार्थ आम्ही बाळगला होता ? त्या दौलतीच्या सेवेपायी आम्ही स्वत:ला विसरलो. माळवा, गुजरात जिंकून दिल्लीपर्यंत धाव घेतली. छत्रपतींच्या पायांशी उत्तरेच्या सनदांची चवड रचली. यातून मिळवलं काय ? तर आम्ही खुद्द लक्षावधी रुपयांच्या कर्जाचे धनी झालो, त्याला काहीच मोल राहिलं नाही ? आठवण राहिली फक्त मस्तानीची !! सातारा-सासवडचं ठाणं उठवून आम्ही पुण्याला आलो. चार घरांचा तिकोटा बांधून राहिलेली ही पुण्याची वास्तू. तिथं आम्ही पेशवाई उभी केली. छातीचा कोट करून या मातीवर दौलतीच्या सेवेसाठी उभे ठाकलो. सारे आप्तस्वकीय गोळा केले. गावाचं शहरगाव बनवलं. दैवतांची ढासळलेली मंदिरं उभी केली. त्यांचे सुवर्णकळस पुन्हा उगवत्या सूर्यकिरणांत तळपू लागले. होमकुंडातून उठलेले धुराचे लोट आकाशाला भिडले. दानसत्रे सुरू केली. ...कशासाठी ? एका यवन कंचकीला आश्रय दिला म्हणून आम्हालाच वाळीत टाकण्यासाठी ? ज्या बाजीरावाची चितारलेली नुसती छबी पाहून शत्रू समझौत्याला येतात, तो बाजीराव त्याच्या राहत्या घरात बदनाम होतो... अशक्य !''

बाजीराव तोल सावरीत उठले. त्यांनी दरवाज्याकडे पाऊल टाकलेले पाहताच चिमाजी हात पसरून उभे राहिले. बाजीराव ओरडले,

''चिमाजी, बाजूला हो !''

''क्षमा असावी !'' चिमाजी कंपित आवाजात म्हणाले, ''दारी एक मेणा उभा आहे. त्या मेण्यात वहिनीसाहेब आहेत.''

बाजीरावांचे उचललेले पाऊल थांबले. चकित होऊन त्यांनी विचारले,

''कोण ? काशी ?''

''जी.'' चिमाजींनी मान डोलावली.

त्या नावाबरोबर बाजीरावांचा सारा संताप दूर झाल्याचा भास झाला. ताठरलेले शरीर सैल पडले. कष्टाने ते म्हणाले,

''ठीक आहे ! चिमाजी, तो मेणा वाड्याकडे पाठवून दे. त्यांची तब्येत बरी नाही. त्यांना हे सोसायचं नाही.''

चिमाजी बाहेर जाऊन आले. बाजीराव तसेच बैठकीवर उभे होते. काही क्षण दोघे भाऊ एकमेकांकडे पाहत होते. बाजीरावांनी विचारले,

"मेणा गेला ?"

"जी !"

बाजीरावांची नजर चिमाजीवर खिळली होती. या धाकट्या भावावर त्यांचा केवढा जीव होता ! बाजीराव संथ पावले टाकीत चिमाजीजवळ गेले. चिमाजीच्या दुशेल्यात तीच छत्रसालांनी दिलेली तलवार होती. बाजीरावांनी तलवारीच्या मुठीला हात घातला. तलवार म्यान्यातून सर्रकन् बाहेर आली. त्या तलवारीचे तेजदार पाते चमकत होते. बाजीरावांनी त्या पात्यावरून नजर उचलली. ते चिमाजीकडे पाहत होते. चिमाजी शांत उभे हाते. चिमाजी म्हणाले,

"दादासाहेब, विचार कसला ! आनंदानं ते पातं ह्या छाताडातून चालवा. ती शिक्षासुद्धा कमीच ठरेल."

"नाही चिमाजी !" मान हलवीत त्या पात्याकडे पाहत बाजीराव बोलले, "हे तेजदार पातं केव्हाच कारीगर झालं आहे. आम्ही एकान्ती असता तुम्ही महालात प्रवेश केला ना, तेव्हाच ही तलवार ह्या बाजीरावांच्या काळजातून आरपार गेली."

चिमाजींना ती घायाळ मुद्रा पाहणे कठीण गेले. त्यांनी बाजीरांवाचे पाय शिवले. पण बाजीरावांनी त्यांना उठवले नाही. नुसते शब्द कानांवर आले,

"उठा ! दोष आमच्या दैवाचा ! तुमचा नाही."

चिमाजी उठले. बाजीरावांची नजर तलवारीच्या पात्यावर जखडली होती. ते सांगत होते,

"चिमाजी, हे पातं पाहिलंत ? केवढं तेजदार, लखलखित, निर्दोष आहे, नाही ? पण हे असं टिकलं कसं याचा कधी विचार केलात ? नुसतं अस्सल पोलाद आहे म्हणून ते चांगलं राहत नाही. याचं कारण जाणता ?"

चिमाजींनी नकारार्थी मान हलवली.

"चिमाजी, हे पातं एवढं निर्दोष राहिलं याचं एकच कारण." चिमाजीच्या दुशेल्यातील म्यानाकडे बोट दाखवीत बाजीराव म्हणाले, "ते म्यान आहे ना, त्यामुळंच हे पातं निर्दोष राहिलं. ह्या पात्याला अंगाशी लपेटून घेणारं ते म्यान. त्यानंच हे पातं जपलं. नाजूक लाकडात ते कोरलेलं असते. त्यावर मखमलीचं आवरण असतं. जरीची कलाबूत त्यावर केलेली असते. त्या म्यानात अत्तराचा हात फिरलेलं हे पातं सुखरूप राहतं. हे म्यान नसतं तर हे अस्सल पोलादसुद्धा

मोकळ्या हवेत गंजून जायला किती वेळ लागला असता ?माणसाच्या मनाचंसुद्धा असंच आहे चिमाजी, त्याला जपणारं तसंच म्यान मिळालं तर ठीक, नाही तर...''

क्षणभर बाजीरावांचा आवाज कंपित झाला. त्यांनी तलवार चिमाजींच्या हाती दिली. आपल्या पूर्ववत आवाजात ते बोलले,

''आमच्या समशेरीला जपणारं म्यान आम्हांला मिळालं, पण आमच्या मनाला सुखावणारा जीव... दोष त्यांचा नाही. त्यांच्या नशिबी अखंड व्याधी लिहिली त्याला ती तरी काय करणार ? जा चिमाजी, चिंता करू नका... तुमची पेशवाई... तुमचं घर सुरक्षित राहील.''

बाजीराव भावाकडे न पाहता आतल्या महालात निघून गेले. चिमाजी थकल्या पावलांनी वळले. महाल मोकळा, भयाण वाटत होता. बैठकीवरचा तानपुरा कलला होता.

मस्तानीला कैद झाली तरी, हिराबागेतल्या महालातून बाजीराव शनवारवाड्यात आले नाहीत. सारे कामकाज तेथूनच चालत राहिले. बाजीरावांचा दुरावा चिमाजींना जाणवत होता. बाजीराव चिमाजींबरोबर कामापुरते बोलत पण त्यातला तुटकपणा चिमाजींना असह्य होई. एके दिवशी धीर करून चिमाजींनी एकान्ती विनंती केली,

''एक अर्ज आहे.''

''अर्ज ?'' बाजीराव उद्गारले. ''आपण पेशव्यांचे रक्ताचे संबंधी. रक्षक. अर्ज करणे आपल्याला शोभणार नाही... बोला.''

''घडल्या अपराबद्दल क्षमा व्हावी. आपण शनवारवाड्यात चलावं.''

''शनवारवाड्यात आम्ही ?'' बाजीराव हसले... ''आणि क्षमा कशाबद्दल ? चिमाजी, हा दोष तुमचा नाही. तो शनवारवाड्याच्या वास्तूचा आहे. जेव्हा आम्ही या पुण्यात वाडा बांधायचं ठरवलं, तेव्हा नदीकिनारी मोगली ठाणं होतं. तेथून जात असता त्या जागेवर आम्हाला कुत्र्यापाठीमागे धावणारा ससा दिसला. आम्ही त्या जागेची वाड्यासाठी निवड केली. पूर्वीचा कोट पाहून मैदान केलं आणि त्याच जागेवर शनवारवाडा उभारला. पेशवे म्हणजे छत्रपतींचे सेवक. सेवकांच्या ठिकाणी श्वानवृत्तीच हवी. पण त्या वास्तूचा गुण म्हणून त्या वास्तूमधला प्रत्येक ससा जर त्या कुत्र्यामागे धावू लागला, तर त्या कुत्र्याची काय अवस्था होईल ? हे आमच्या नशिबी आलं ते ठीक झालं. पण त्या

वास्तूचा हा विचित्र गुण निदान भावी पेशव्यांना तरी भोगायला लागू नये. त्या वास्तूत आता यावं असं वाटत नाही. तुम्ही चिंता करू नका. आता रणांगणाखेरीज अश्रू ढाळायला आम्हांला जागा नाही. आम्ही लौकरच उत्तरेच्या मोहिमेला जाणार आहो.... ''

"मी येऊ ?''

"कशाला ? तुम्ही तुमच्या मोहिमा पुऱ्या पाडा. आमची चिंता करू नका. विरह आम्हाला सोबत करील. आमचे व्यसन आम्हांला दिलासा देईल आणि पराक्रम... ज्याच्या मनात विरह आहे, त्याला मृत्यूची भीती वाटण्याचं कारणच काय मुळी ?''

चिमाजींना असह्य झाले. हुंदका दाबीत ते म्हणाले,

"माझा काहीच का उपयोग नाही ?''

या प्रश्नाने बाजीरावांचा आवाज जड झाला. वळलेल्या मुठींची चाळवाचाळव झाली. ते म्हणाले,

"फार गैरसमज होतो. आता तुमच्याखेरीज आधार कुठला ? आमचा जीवच तुमच्या कैदेत आहे ना ? जपता आला तर प्राणमोलानं जपा.''

चिमाजी थकल्या पावलांनी शनवारवाड्यावर परत आले.

बाजीरावांना शनवारवाड्यात आणण्याचे साऱ्यांचे प्रयत्न निष्फळ झाले. बाजीराव आपल्या उत्तरेच्या मोहिमेची तयारी करीत होते. हुकूम सुटत होते. छावण्या सिद्ध झाल्याच्या बातम्या घोडेस्वार आणीत होते. मुहूर्ताचा दिवस आला. बाजीरावसाहेब छावणीसिद्ध होण्यासाठी हिराबागेच्या महाली सदरेवर उभे होते. अचानक त्यांचे लक्ष सदरेवरील मोकळ्या पिंजऱ्याकडे गेले. काही क्षण ते तसेच त्या पिंजऱ्याकडे पाहात होते. कारभाऱ्याकडे पाहात होते. कारभाऱ्याकडे वळून त्यांनी विचारले,

"या वाड्यातल्या साऱ्या गोष्टी पेशव्यांच्या सरंजामाबरोबर शनवारवाड्यात हलल्या. हा पिंजरा मात्र कुणी नेला नाही वाटतं !''

"जी ! रिकामा पिंजरा होता म्हणून....''

"तेही खरंच ! हा आमच्याबरोबर द्या. कैक वेळी रिकाम्या पिंजऱ्याचीही सोबत भारी दिलासा देते.''

बाजीरावांच्या सरंजामाबरोबर तो रिकामा पिंजराही रवाना केला गेला.

बाजीराव उत्तरेच्या मोहिमेवर रवाना झाल्यावर थोड्याच दिवसांत चिमाजींनी मस्तानीला पर्वतीच्या बागेतून आणून हिराबागेतील महालात ठेवलं. नजरकैदेत

असलेल्या मस्तानीला सर्व सुखसोयी पुरविल्या जातात, हे चिमाजी पाहत होते. बाजीरावांच्या आठवणीत आणि समशेरच्या सहवासात मस्तानी दिवस कंठत होती.

उत्तरेच्या मोहिमेला जाऊन बाजीरावांना महिने लोटले. उन्हाळ्याचे दिवस होते. दिवसेंदिवस उकाडा वाढत होता. एके दिवशी सायंकाळच्या वेळी चिमाजी अचानक हिराबागेतील महालात आले. चिमाजींचा चेहरा चिंतातुर दिसत होता. क्षणाक्षणाला मस्तानीचा जीव अधीर होत होता. चिमाजी सांगत होते,

"बातमी आली आहे. दादासाहेबांचा मुक्काम सध्या नर्मदातीरी आहे. त्यांची तब्येत ढासळत आहे.''

"काय झालं ?''

"कोण सांगणार ? येथून जाताना दादासाहेब बेचैनच होते. त्यांचा हट्टी स्वभाव वाढत होता. संयम सुटत होता. अंगात ज्वर असता कोणी नर्मदेत पोहायला जाईल का ? पण त्यांना अडवण्याची हिंमत कुणाची ? शेवटी व्हायचं तेच झालं. ज्वरानं ठाण मांडलं, बाईसाहेबांना पाठवा म्हणून निरोप आला. म्हणून वहिनीसाहेबांना पाठवलं. त्यांच्याकडून निरोप आलाय....''

"काय ?''

"दादासाहेब आपली सारखी आठवण काढताहेत. आपल्याला घेऊन येण्याची आज्ञा झाली आहे. आपल्याखेरीज दादासाहेबांना आवरील असं कोणी दिसत नाही.''

"निघायचं ?'' मस्तानीने विचारले.

"प्रवास दूरचा आहे. आपली तयारी होताच...''

"मध्यरात्री निघू म्हणालात तरी तयारी आहे.''

"ठीक ! उद्या पहाटे आपण निघू.''

चिमाजी निरोप घेऊन निघाले तोच, मस्तानीने त्यांना हाक मारली. चिमाजी थांबले.

"समशेर लहान आहे. त्याला एवढा प्रवास झेपायचा नाही. त्याला इथंच...''

"आपण चिंता करू नये. आमच्या वाड्यात त्याला ठेवलं जाईल.''

"चिंता कसली ? आपल्या हाती तो सुरक्षित आहे हे मी जाणते.''

दुसऱ्या दिवशी महालासमोर मेणे दाखल झाले. मस्तानी आपल्या सरंजामासह प्रवासाला निघाली. मेणा तोलीत भोई चालत होते, चिमाजी आपल्या आश्वपथकासह पुढे दौडत होते. पहिल्या दिवसाचा मुक्काम पुण्यापासून दहा कोस अंतरावर असलेल्या पाबळनजीक पडला. मस्तानीसाठी उभारलेल्या खास डेऱ्याकडे मस्तानीला नेत असता चिमाजी म्हणाले,

"आज पहिला मुक्काम तुमच्याच गावी झाला."

"माझा गाव ?"

"आपल्याला माहीत नाही ? पाबळ आणि केंदूर ही दोन गावं दादासाहेबांनी आपल्याला इनाम दिली आहेत."

"मी सरकारस्वारींच्या तोंडून ऐकलं होतं. पण गाव पाहिलं नव्हतं."

"आज प्रवास फारसा झाला नाही. उद्या पहाटेच कूच करावं लागेल."

"माझ्याकडून दिरंगाई होणार नाही."

मस्तानीचा निरोप घेऊन चिमाजी आपल्या डेऱ्याकडे गेले. रात्री मस्तानी आपल्या बिछायतीवर पडून होती. दासी केव्हाच निद्राधीन झाल्या होत्या. पण मस्तानीला झोप येत नव्हती. बाहेर शुभ्र चांदणे पडले होते. मस्तानी अलगत उठली. डेऱ्याच्या दरवाज्याचा पडदा बाजूला करून ती बाहेर आली. मस्तानीला पाहताच रक्षक आदबीने बाजूला झाले. दोन डेरे, चारआठ तंबू, पालं यांनी सजलेली ती छोटी छावणी धवल चांदण्यात नहात होती. सर्वत्र शांतता पसरली होती. ते स्वप्नमय वातावरण मस्तानी पाहात होती. बाजीरावांच्या सहवासात काढलेले क्षण, रणांगणांवरच्या छावण्या, रात्री, घोडदौड, सारी गतचित्रे तिच्या डोळ्यासमोर तरळून जात होती. मध्यरात्र झाली तरी, निद्रा प्रसन्न होत नव्हती.

भल्या पहाटे मस्तानीला जागे करण्यात आले. स्नान आटोपून, प्रवासाचे कपडे करून मस्तानी तयार झाली तेव्हा, सूर्योदयाला बराच वेळ होता. दासी सामानाची बांधाबांध करीत होत्या. पहाट झाली. सूर्योदयाची वेळ झाली तरी, चिमाजींचा पत्ता नव्हता. छावणीत कसलीच गडबड नव्हती.

चढत्या दिवसाबरोबरच मस्तानीचा जीव बेचैन होत होता. चिमाजी येत असल्याची वर्दी दासीने मस्तानीला दिली. चिमाजी डेऱ्यात आले. अधीर झालेल्या मस्तानीचे विचारले,

"लौकर निघायचं म्हणालात म्हणून मी पहाटेच तयार झाले... निघायचं ना ? मेणे कुठं आहेत ?"

चिमाजींनी नजर वर केली. त्यांचा चेहरा उदास झाला होता. कसेबसे ते म्हणाले,

"आता मेण्याची गरज नाही."

"मी तेच सांगणार होते." मस्तानी म्हणाली. "मेण्याने प्रवास लौकर आटोपणार नाही. मला घोडदौडीची सवय आहे. आपण पुढे जाऊ. सरंजाम मागुती येईल."

"आता घोडदौडीनेही प्रवास आटोपणार नाही. प्रवास संपला."

चिमाजींच्या गालांवरून ओघळलेले अश्रू पाहताच मस्तानी सावध झाली. क्षणभर तिच्या चेहऱ्यावर प्रेतकळा पसरली. दुसऱ्या क्षणी ती म्हणाली,

"ठीक आहे. प्रवास थांबला तर थांबला. मी एवढ्यात येते."

चिमाजींना बोलण्यास उसंत न देता मस्तानी आतल्या आखणात गेली. भरलेल्या संदुका परत उघडण्यात आल्या. मस्तानी परत मध्यभागाच्या आखणात आली तेव्हा, चिमाजी तिच्याकडे पाहतच राहिले. मस्तानीने नखशिखान्त ऐश्वर्यसंपन्न पेहराव केला होता. भारी दागिने तिने परिधान केले होते. मस्तानीने चिमाजींकडे हसून पाहिले. चिमाजी गडबडीने म्हणाले,

"आपल्याला माहीत नाही..."

पण ते वाक्य पुरे करू न देता मस्तानी म्हणाली,

"थांबा. काही बोलू नका. तुम्ही मला कैद केलंत. मी काही बोलले नाही. काही न बोलता समशेरला विश्वासानं तुमच्या हाती दिलं. आज मला बोलू द्या. मनसोक्त गाऊ द्या. अं हं... काही बोलू नका म्हटलं ना ! तुम्हांला तुमच्या दादासाहेबांची शपथ आहे."

मस्तानीने टाळी वाजवली. दासीने तानपुरा आणून ठेवला. पाठोपाठ दुसरी दासी मद्याचा पेला आणि सुरई असलेले तबक घेऊन आली. बैठकीसमोर ते तबक ठेवण्यात आले. चिमाजी बसल्या जागेवरून मस्तानीकडे पाहात होते. मस्तानी बोलत होती.

"आज खूप गावं म्हटलं. सरकारस्वारींनी गाणं खूप ऐकलं, नाही फक्त तुम्ही. रूप आणि गाणं यातलं काहीसुद्धा कळत नसता, दयेपोटी तुम्ही माझी तारीफ केलीत. आज मी तुम्हाला गाणं ऐकवणार आहे."

"पण..."

"सांगितलं ना ? काही बोलायचं नाही. शपथ घातलीय तुम्हांला. एका गोष्टीची मात्र क्षमा करा, ही आदत तशीच आहे. मद्य घेतलं नाही तर गाण्याला

रंग भरत नाही...''

मस्तानीने मद्याचा पेला भरला आणि पाहता पाहता तो पिऊन टाकला. चेहरा किंचित कडवट बनला. पण दुसऱ्याच क्षणी हास्यवदनाने तिने तानपुरा उचलला. तानपुरा जुळलेलाच होता. मस्तानीच्या चेहऱ्यावर एक वेगळीच मिजास तरळत होती. नाजुक बोटे तानपुरा छेडीत होती. त्या सुरांची साथ घेऊन मस्तीचे सूर उमटले—

'चतुर अलबेली कर ले शृंगार ।
साजनके घर जाना है तो ॥'

मस्तानी गात होती. चिमाजींच्या डोळ्यांतून अश्रुधारा निखळत होत्या. हुंदके फुटत होते. ते गाणे असह्य होऊन कानांवर हात ठेवीत चिमाजी उठले. ओरडले—

''बस करा...''

गाणे थांबले. मस्तानीने हसून विचारले,

''गाणं आवडलं नाही ?''

''ही गाण्याची वेळ नाही. आज पहादेच वर्दी आली. आपला प्रवास संपला. दादासाहेब नर्मदेच्या काठी रावेर मुक्कामी आपल्याला सोडून गेले.''

पण मस्तानीच्या चेहऱ्यावरची एकही स्मितरेषा त्या बोलांनी लोपली नाही. उलट ती नाजुक हसली. त्या हसण्याने चिमाजींना धक्का बसला. विस्फारित नेत्रांनी मस्तानीकड ते पाहात होते. मस्तानीने मांडीवर तानपुरा आडवा घेतला होता. कपाळी टपोरा घाम उमटला होता. चेहऱ्यावरचे स्मित तेच होते. ती परत हसली.

''अन् हे कळले म्हणून प्रवास थांबवलात ?... प्रवास तुमचा थांबला. माझा कसा थांबेल ? आता तर आमचा प्रवास सुरू झाला... सुखाचा. त्याला आता अंत नाही, वियोग नाही. आता साजनके घर जाना है...''

मस्तानीचा आवाज जड होत होता. तिने आपली मान तानपुऱ्यावर टेकली. चिमाजी धावले. त्यांनी विचारले,

''आपली तबियत...''

मान न उंचावता मस्तानी कष्टाने म्हणाली,

''छान आहे. मी सांगितलं होतं ना ? आम्हाला... रत्नांची पारख नसेल... पण... त्रास न होता जीवन संपविणाऱ्या विषाची चांगली माहिती असते.''

चिमाजींची नजर तबकातल्या पेल्याकडे गेली. मस्तानी काही तरी बोलत

होती. चिमाजी नजीक वाकले.

"समशेरला जपा.... ते वाट पाहताहेत... खुदा..."

मस्तानीची मान तानपुऱ्यावर ढिली पडली. दांडीवरचा हात खाली ओघळला पण तारांचा झंकार उठला नाही.

मस्तानीच्या चेहऱ्यावर तेच स्मित होते. ते निष्पाप डोळे तसेच उघडे होते.

१९६९

●●

नक्षत्रकथा

१ मृग

रायगडाच्या पायथ्यापाशी असलेल्या पाचाडला छावणीचे रूप आले होते. पाचाडच्या सर्व माळावरून छावणी पसरली होती. रायगडवाडी, निजामपूर या गावांचीही तीच स्थिती झाली होती. दररोज अनेक सरदार आपापल्या पथकांनिशी तळावर दाखल होत होते. पाचाडच्या वाड्यात रंगोजी भोसले, आनंदराव निंबाळकर ही सरदार मंडळी संभाजीराजांची वाट पाहात होती. शिवाजी महाराजांचा काळ झाल्यापासून दीड महिन्यांत अनेक घटना घडल्या होत्या. गडावर राजारामांचे मंचकारोहण झाले. गडावरून अनाजी, मोरोपंत आपल्या शिबंदीसह संभाजीराजांना पकडण्यासाठी पन्हाळ्याला रवाना झाले. पण संभाजीराजांना पकडण्याआधी तेच हंबीरराव मोहित्यांकडून कऱ्हाडच्या छावणीत पकडले गेले. पन्हाळ्यावर नजरकैदेत असलेले संभाजीराजे आता सर्व फौजेसह रायगडावर येत होते आणि बंदोबस्तास्तव पुढे पाठविलेल्या फौजा रायगडवाडी, निजामपूर, पाचाड येथे छावणी करून संभाजीराजांच्या आगमनाची वाट पाहत होत्या.

मृगाला नुकतीच सुरुवात झाली होती. पण त्या पावसाने ना अद्याप जोर धरला होता, ना हवेतील ऊब कमी झाली होती. मृग नक्षत्र कोरडेच जाणार अशी भीती वाटत होती. ढगाळलेले आकाश एवढी एकच मृगाची साक्ष उरली होती.

दुपार टळत आली होती. पाचाडची छावणी शांत होती. मधून मधून उठणारा घोड्यांच्या खिंकाळण्याचा आवाज, कुत्र्यांचे भुंकणे किंवा एखादी उठणारी हाक, एवढे सोडले तर सर्वत्र शांतता भासत होती आणि याच वेळी

टापांच्या आवाजाने ती शांतता भंगली. साऱ्या छावणीचे लक्ष टापांकडे लागले. चार स्वार भर वेगाने छावणीच्या दिशेने येत होते. पाहता पाहता छावणीला बगल देऊन ते पाचाडच्या वाड्यासमोर दाखल झाले. संभाजीराजांच्या आगमनाची वार्ता घेऊन आलेल्या स्वारांनी वाड्यात एकच धावपळ उडवून दिली. सारे सरदार आपल्या पगड्या मुंडाशी सावरून वाड्याबाहेर पडले. सारे छावणीच्या तोंडाशी राजांची वाट पहात होते. शिंगाचा आवाज घुमला. घोडदळाच्या टापांच्या आवाजांनी मुलूख भरून गेला. झाडीतून बिनीची पथके दौडत येताना दिसू लागली. बिनीचे दल छावणीत शिरले आणि पाठीमागच्या तुकडीच्या अग्रभागी असलेले संभाजीराजे सर्वांच्या नजरेत आले.

काळ्या जातिवंत घोड्यावर संभाजीराजे स्वार झाले होते. मस्तकी पांढरा जिरेटोप, अंगात जरी अंगरखा आणि पायात चुणीदार विजार परिधान केलेल्या राजांच्या निळ्या दुशेल्यात रत्नजडित तलवार, कट्यार शोभत होती. डाव्या हाताची मूठ कमरेवर विसावली होती. उजव्या हातात रेशमी कायदा धरून, आपल्या बेगुमान नजरेने मुलूख न्याहाळीत संभाजीराजे छावणी जवळ करीत होते. त्यांच्या उजव्या बाजूला कवी कलश व डाव्या बाजूने सेनापती हंबीरराव मोहिते दौडत होते. पाठीमागच्या पथकाच्या अग्रभागी शिर्के आणि हरजीराजे महाडीक दिसत होते. राजे छावणीनजीक येताच नगारा झडला. सेवक धावले आणि राजांच्या घोड्याची ओठाळी त्यांनी पकडली. संभाजीराजे पायउतार झाले. मुजऱ्यासाठी सर्वांच्या माना झुकल्या. मुजऱ्यांचा स्वीकार करून सामोऱ्या आलेल्या आनंदरावांना राजांनी विचारले.

"आनंदराव, सर्व ठीक आहे ना?"

"जी!"

"शाब्बास!" संभाजी राजांच्या चेहऱ्यावर आनंद प्रगटला. "काही त्रास झाला नाही ना?"

"जी. नाही."

"आणि आमचे प्रधान, सचिव पाठवले होते. त्यांची व्यवस्था काय केलीत?"

"आज्ञेप्रमाणे त्यांची रवानगी गडावर झाली आहे...."

संभाजीराजांच्या मुखावर एक वेगळंच स्मित प्रगटलं. त्यांनी विचारलं.

"बोला!"

"जी! आपल्या आज्ञेप्रमाणे अनाजींना सव्वा मणाची बेडी ठोकूनच गडावर

रवाना केलं.''

''अन् मोरोपंत?''

''जी! त्यांची तब्येत बरी नव्हती. तेव्हा....''

राजांच्या कपाळावर सूक्ष्म आठी पडली. पण आपली नापसंती न दाखवता ते म्हणाले,

''ठीक! आनंदराव, चला. प्रथम मासाहेबांचं दर्शन घेऊ अन् मगच गडावर जाऊ.''

''आपल्या विश्रांतीची व्यवस्था इथल्या वाड्यात केली आहे.'' आनंदरावांनी सांगितले.

संभाजीराजांनी एकदम वळून कवी कलश आणि हंबीरराव यांच्याकडे पाहिले. नजर संकुचित झाली.

''आता विश्रांतीला सवड कुठली? पण गडावर काही..''

''त्याची चिंता नसावी. गडावरचे सर्व पहारे आपलेच आहेत.'' आनंदरावांनी सांगितले.

''अन्....''

''बाळराजे अन् राणीसाहेबांच्या महाली सक्त पहारा ठेवला आहे.''

संभाजीराजांनी निःश्वास सोडला. त्यांची नजर आकाशात चढलेल्या त्या रायगडाकडे गेली. गडाचा माथा ढगांनी वेढला होता.

जिजाबाईंच्या समाधीचे दर्शन घेऊन संभाजीराजे वाड्यात आले. वाड्याच्या सदरेवर हंबीरराव, रंगोजी, कवी कलश, महाडिक ही राजांची खाशी माणसे राजांच्या बाजूला उभी होती. संभाजीराजे बैठकीवर बसले होते. क्षणभर संभाजीराजांचे डोळे भरून आल्याचा भास झाला.

सर्वांवरून नजर फिरवीत ते म्हणाले,

''पंडितजींच्या मंत्रमामर्थ्यानं अन् हंबीरराव, तुमच्या अजोड निष्ठेनं आज आम्ही इथं आलो. तुम्हा उभयतांचं साहाय्य नसतं तर, आम्हांला आजन्म रायगडाचं दर्शन घडलं नसतं. पन्हाळ्यावर कैदेतच आमचा शेवट झाला असता.''

''राजांनी असं बोलू नये,'' कवी कलश म्हणालो, ''काही स्वार्थी लोकांना धनी नको असला तरी, प्रजेला तो विसरता येत नाही. ती निष्ठा नसती तर, काही न सांगता सारी फौज, हे सरदार आपल्या मागं उभे राहिले नसते, काही अटकाव न होता गडाचे दरवाजे मोकळे होतील हे मी आपल्याला आधीच

सांगितलं होतं.''

त्या शेवटच्या वाक्याने राजे उत्तेजित होण्याऐवजी उदासीन बनले. खिन्नपणे हसून ते कवी कलशांना म्हणाले,

''पंडितजी, गडाचे दरवाजे मोकळे झाले. पण त्या गडावर आहे कोण? आबासाहेब आमच्याकडे पाठ फिरवून निघून गेले. अन् ज्यांची तोंडेही पाहू नयेत, असे त्या गडावर उरले. लाखांचा पोशिंदा गेला अन्... वाटतं की, त्या गडावर जाऊच नये!''

कलशांच्या मुखावर स्मित उमटलं.

''राजे! ज्यांनी आपला विश्वासघात केला, आपल्याला अटक करण्याचा कट रचला, ती माणसं आज शृंखलाबद्ध आहेत. त्यांच्या पातकाचं प्रायश्चित आपल्या एका इशाऱ्याबरोबर ते भोगतील. पण ज्यांच्यापुढं नतमस्तक व्हावं, ज्यांच्या दर्शनानं जीवन उजळून निघावं, ज्यांच्या उपभोगानं राज्य सुखरूप व्हावं अशा अनेक गोष्टी गडावर आपली वाट पहात आहेत.

''राजे! त्या गडावर एके काळी शिवछत्रपपतींनी भूषवलेलं बत्तीस मणी रत्नखचित सुवर्णसिंहासन आज बेवारस होऊन आपली प्रतीक्षा करीत आहे. तिथं छत्रपतींची शिक्काकट्यार आपल्या स्पर्शासाठी आतुर होऊन राहिली आहे. छत्रचामरंच नव्हेत, पण जगदीश्वर प्रासादातला शिवशंभो आपल्या भक्ताची आतुरतेने वाट पहात आहे. राजे, ही आपली कर्मभूमी आहे. तिथं न जाऊन भागेल कसं?''

कलशांच्या बोलण्यानं राजांचं खिन्न मन प्रसन्न बनलं. ते उत्साहाने उठले. सर्वांवरून नजर फिरवून त्यांनी आज्ञा दिली,

''चला.''

राजे आपल्या पथकासह नाणेदरवाज्याजवळ येऊन पायउतार झाले. दरवाज्यानजीक दोनशेच्यावर धारकरी हातात तळपते तेगे घेऊन उभे होते. मुजऱ्यांचा स्वीकार करून राजांनी हंबीररावांना विचारले,

''हंबीरराव, येवढे धारकरी बरे ठेवलेत येथे?''

''जी! ते आपल्याबरोबर येतील.''

''आमच्याबरोबर?''

''सर्वत्र बंदोबस्त आहे. पण सुरक्षिततेच्या दृष्टीनं...''

राजे हसले. हंबीररावांची काळजी पाहून त्यांना समाधान वाटले.

''हंबीरराव, जिथं आबासाहेब सुरक्षित राहू शकले नाहीत, त्या जागी

जाताना सुरक्षितता हवीच. पण आम्हाला चिंता वाटत नाही. तसा धोका असता तर पंडितजींनी आम्हाला इथं येऊच दिलं नसतं. खरं ना पंडितजी?''

कवी कलश पुढे झाले. त्यांनी विश्वास दिला–

"महाराज ! आपण निश्चिंत मनानं गडावर पाऊल ठेवावं. मंत्रसामर्थ्यानं गड आधीच निर्विघ्न केलेला आहे.''

संभाजीराजांनी विश्वासाने नाणेदरवाज्यात पाऊल ठेवले आणि नाणे दरवाज्याच्या नगाऱ्याने राजांच्या गडप्रवेशाची वर्दी साऱ्या गडाला दिली.

संभाजीराजे सर्वांसह गड चढत होते. राजे आपल्याच विचारात आज होते. भरभर चालणाऱ्या संभाजीराजांना सोबत करणे कठीण जात होते. अचानक राजांच्या ते ध्यानी आले.

"पंडितजी, आपणासाठी पालखी मागवू का?''

"नको महाराज!'' धापा टाकीत, घाम पुशीत कलश म्हणाले,

"पण सेवकासाठी चाल थोडी मंद करावी ही विनंती आहे. मन चपळ असलं तरी शरीर स्थूलच आहे.''

संभाजीराजे हसले. खोचकपणे त्यांनी विचारले,

"पंडितजी, तुम्हीच तर सांगत होता की, राजाचं मन अन् शरीर चपळ असावं म्हणून.''

त्या बोलण्याचा फायदा घेऊन विसावत कलश म्हणाले,

"ते खरं राजे! पण प्रत्येक नियमाला अपवाद हा असतोच.''

"अपवाद तो कोणता?''

"प्रियेबरोबर केलेली वाटचाल अन् पंडितांच्या बरोबरचा सहवास नेहमीच मंदगती असावा. त्यानं सुखवृद्धी होते.''

"वा पंडितजी, काय बात छेडलीत ! आपल्या याच गुणांमुळं आम्हाला आपला सहवास सदैव हवा असतो.''

"ते आमचं भाग्य!''

"चला पंडितजी. धीम्या चालीनं का होईना, पण गड गाठायला हवा.''

कलश, हंबीरराव वगैरेंबरोबर राजे गड चढत होते. प्रत्येक टप्प्यावर राजे कलशांसाठी विश्रांती घेत होते. महादरवाज्याच्या पायऱ्या सुरू झाल्या. ती उभ्या पायऱ्यांची चढण चढता चढता कलशांची तारांबळ उडाली. कलश सारखे विसावत होते. एकदा तर कलशांनी विचार बोलून दाखवला,

"राजे! पायऱ्या भारी कठीण बांधल्या. यापेक्षा दोर लावून गड चढणे

सोपे असेल.''

"पंडितजी, आबासाहेबांची सारी बुद्धिमत्ता या गडापायी खर्ची पडली आहे. तख्ताची जागा उगीच नाही निवडली. या महादरवाज्याबद्दल आबासाहेब फार अभिमान बाळगून असत. ते सदैव सांगत....''

"काय?'' कलशांनी विचारले.

संभाजीराजे क्षणभर आठवत उभे राहिले. जुनी आठवण मनात साकारली. "या गडाचे दरवाजे दिवसरात्र उघडे ठेवा. केवढाही मातबर गनीम धावत आला, तरी या दरवाज्याजवळ येऊन हातची फिरंगी उचलण्याचेही बळ त्याच्या अंगी राहणार नाही.''

"अगदी खरं!'' घाम टिपीत कलशांनी साथ दिली.

राजे महादरवाज्याच्या पायऱ्या चालू लागणार, तोच हंबीरराव म्हणाले, "महाराज मेणा येतोय.''

"कुणाचा?'' राजांनी विचारले.

गडकड्याला बिलगून येणाऱ्या नागमोडी वाटेने एक मेणा गडावर येत होता. मेण्यावर झाकलेल्या निळ्या वस्त्रामुळे मेणा जनानी आहे हे ओळखू येत होते. हंबीरराव म्हणाले,

"बहुधा रायगडवाडीचा मेणा असावा.''

"अं?''

"धाकट्या राणीसाहेब रायगडवाडीलाच होत्या.''

संभाजीराजांचे पाय जागच्या जागी खिळून राहिले.

"अरेरे! आमच्या हातून अक्षम्य चूक झाली. आम्ही प्रथम रायगडवाडीलाच जाऊन आईसाहेबांना स्वत: घेऊन गडावर यायला हवं होतं.''

"पण आपल्याला तरी कशी कल्पना असावी?'' हरजीराजे म्हणाले.

"ते समाधान बाळगता येणार नाही. आईसाहेब रायगडवाडीला होत्या हे आम्हांला माहीत होतं. आबासाहेबांची तब्येत बिघडली तरी त्यांना गडावर जाता आलं नाही. अखेरचं दर्शनसुद्धा त्यांना मिळालं नाही...'' संभाजीराजांनी नि:श्वास सोडला. "आम्ही विसरलो हेच खरं!''

मेण्याची वाट पहात सारे थांबले. झपाझप येणाऱ्या मेण्यावर सर्वांची नजर खिळली होती. मेणा नजीक आला पण मेण्याचे आच्छादन दूर झाले नाही. राजांनी पायांतले चढाव काढले. अनवाणी पायांनी राजे मेण्याबरोबर चालू लागले.

महादरवाज्याचा नगारा झडला. तेथेच गडकऱ्यांनी राजांचे पाय शिवले.

शेवटचा टप्पा चढून राजे गडावर आले. हत्तीटाक्याच्या पुढे सारी मंडळी थांबली. मेणा पालखीदरवाज्याकडे जात होता. संभाजीराजे मेण्याला सोबत करीत होते. पालखीचौकात मेणा उतरला. भोई अदबीने बाजूला झाले. दासींनी पुढे होऊन मेण्याचे आच्छादन दूर केले. पडदे सरकवले गेले आणि राजांना पुतळाबाई राणीसाहेबांचे दर्शन घडले.

संभाजीराजांना आई आठवत नव्हती. जिजाबाईंच्या खालोखाल त्यांच्यावर कुणी प्रेम केलं असेल तर, ते पुतळाबाईंनीच केले होते. पण या आठवणीतल्या सावळ्या रूपात आणि प्रत्यक्षात केवढा तरी बदल पडला होता. श्वेत वस्त्रे परिधान केलेल्या पुतळाबाईंच्या मोकळ्या कपाळानं राजांचं लक्ष वेधून घेतलं होतं. त्या प्रेमळ डोळ्यांत साक्षात करुणा अवतरली होती. अशक्तपणामुळे नाकाचा उंचवटा जाणवत होता. ओठ फिके होते. त्या नजरेला नजर देण्याचे सामर्थ्य राजांना उरले नाही. उभ्या जागी त्यांचे डोळे भरून आले. मुखातून दबलेला हुंदका बाहेर पडला.

पुतळाबाई शांतपणे मेण्याबाहेर आल्या. संभाजीराजांनी त्यांचे पाय शिवले. राजांच्या पाठीवरून हात फिरवीत पुतळाबाई म्हणाल्या,

"राजे! अश्रूंनी कमी होणारं हे दुःख नव्हे. शांत व्हा!"

त्या बोलाबरोबर राजांनी वर पाहिले. पुतळाबाईंचे डोळे कोरडे होते. एक विलक्षण सुकला भाव त्यांच्या चेहऱ्यावर उमटला होता. ते पाहून राजांचे अश्रू डोळ्यांतच आटून गेले. त्यांनी आपले डोळे टिपले. पुतळाबाईंनी एकवार राजांच्या खांद्याला स्पर्श केला आणि दुसऱ्याच क्षणी त्या दासींबरोबर वाड्याच्या दिशेने चालू लागल्या. ती पाठमोरी आकृती वाड्याच्या कमानीतून दिसेनाशी झाली आणि त्यातनंतर काही क्षणांतच बालेकिल्ल्याच्या सातमहालातून रडण्याचा आवाज उठला. संभाजीराजांना तो आक्रोश ऐकणे कठीण झाले आणि ते माघारी वळले.

सूर्य अस्ताचलाला गेला होता. गंगासागराच्या पाण्याला निळी झाक चढली होती. पश्चिमेचा गार वारा जाणवू लागला होता...

दिवस उजाडून खूप वेळ झाला होता. तरी ढगाळलेल्या आकाशामुळे सूर्यदर्शन घडले नव्हते. अचानक ढगांतून सूर्यकिरणे फाकली आणि सारा रायगड त्यात उजळून निघाला. जगदीश्वर प्रासादासमोर संभाजीराजे उभे होते. शिवछत्रपतींच्या दहनभूमीवर त्यांची नजर खिळली होती. डोळे आरक्त बनले

होते. राजांच्या मागे हंबीरराव, कलश, शिर्के, महाडीक वगैरे मंडळी आदबीने उभी होती. त्या दहनभूमीकडे बोट दाखवीत संभाजीराजे म्हणाले,

"हंबीरराव, पाहिलंत? आबासाहेब जाऊन दोन मास झाले, पण या ठिकाणी साधं वृंदावनही बांधता आलं नाही."

"बांधणार कोण?" कलश म्हणाले, "महाराज गेले अन् साऱ्यांना त्यांचा विसर पडला. पुढची चिंता सर्वांच्या मनात. प्रधान, सचिव सारे त्यांत गुंतलेले. मग इकडं कोण लक्ष देणार?"

"त्याचंच प्रायश्चित सारे भोगतात! पंडितजी, विचार जरी आला तरी अंगाचा दाह होतो. आबासाहेब गेले अन् त्यांना साबाजी भोसल्यांनी अग्नी दिला."

"झाली गोष्ट येणारी नव्हे. राजांनी संताप आवरावा." कलश बोलले. "पुष्कळ वेळ झाला आहे. आता राजांनी माघारी चलावं."

संभाजीराजांच्या मुखातून एक निःश्वास बाहेर पडला. त्यांनी नतमस्तक होऊन त्या पवित्र भूमीला वंदन केले. तीन पावले माघारी येऊन त्यांनी आपले चढाव घातले आणि राजे बालेकिल्ल्याकडे येऊ लागले. राजे देवालयाच्या मागे आले आणि त्यांची दृष्टी बामणवाड्याच्या दिशेने स्थिरावली. रस्त्यावर ब्राम्हण मंडळी राजांच्या दर्शनासाठी उभी होती. राजे नजीक येताच माणसे पुढे येऊन राजांना वंदन करीत होती. भरल्या डोळ्यांनी संभाजीराजांचे दर्शन घेत होती, राजांनाही काही बोलायला शब्द फुटत नव्हते. राजे पेठेत आले. सारे व्यापारी संभाजीराजांचे पाय शिवत होते. शिवाजीमहाराजांचे विश्वासाचे व्यापारी नागाप्पा शेट्टी समोर आले. त्यांनी संभाजीराजांना वंदन केले आणि त्यांचा संयम सुटला.

"राजे! माझी पेठी लुटली गेली! मी भिकारी झालो!"

संभाजीराजांना अश्रू आवरणे कठीण झाले. नागप्पाच्या पाठीवर राजांचा हात फिरत होता. शब्द उमटत नव्हता. राजांनी कष्टाने पावले उचलली. शक्य तेवढ्या लौकर महाल गाठण्यासाठी राजांची पावले भरभर पडू लागली.

राजे आपल्या महालातून सदरेवर जेव्हा आले, तेव्हा सारी सदर भरली होती. राजांची नजर आरक्त बनली होती. धुंदावलेल्या नेत्रांनी ते सर्वांना निरखीत होते. सदरेवर सेनापती, आनंदराव, महाडीक, शिर्के, महादजी, निंबाळकर, रूपाजी भोसले, महादू मापोलकर, किल्लेदार नायकवाडी ही मंडळी राजांच्या आज्ञेची वाट पाहत होती. राजांची नजर नायकवाडीवर

खिळली. राजांच्या चेहऱ्यावर प्रसन्न भाव उमटला. त्यांनी नायकवाडींना इशारत केली. नायकवाडींनी पुढे होऊन मुजरा केला. नायकवाडीकडे पाहत राजे हंबीररावांना म्हणाले,

"हंबीरराव, या किल्लेदारांचं कौतुक करावं तेवढं थोडंच आहे. यांना सोन्याचा तोडा द्यायची आम्हांला आठवण करा."

राजांची नजर कलशांवर वळली.

"पंडितजी, हे आमचे नायकवाडी, रायगडचे किल्लेदार, आबा साहेबांचा काळ झाल्यावर इथे अनेक कारस्थानांना ऊत आला. आम्हांला शह देण्याच्या पैजा लागल्या. पण या माणसाचं इमान अन् बुद्धी जाग्यावरच राहिली. आम्हांला पकडण्यासाठी मोरोपंत अन् अनाजी फौजेसह बाहेर पडताच यानं गडाचा कब्जा घेतला, सर्व फितुरांना कैद केलं; अन् हा आमच्या आज्ञेची वाट पाहत राहिला."

"त्यानं आपलं कर्तव्यच केलं. कर्तव्याची आठवण राहणं हा मोठा गुण." कलश म्हणाले.

"तेवढं सोपं नव्हतं ते! दुर्दैवानं मोरोपंतांकडून आमचा पराभव झाला असता तर या बिचाऱ्याची काय अवस्था झाली असती! पंडितजी, हा नसता तर येवढ्या सहजासहजी या गडावर आम्हांला पाऊल ठेवता आलं नसतं. उद्या आम्ही दरबार भरवू. असे जे इमानदार आहेत, त्यांचा गौरव करू... अन्..."

संभाजीराजे बोलता बोलता थांबले. हंबीररावांनी धीर करून विचारले,

"आणि काय महाराज?"

राजांची नजर संकुचित झाली. उंचावलेल्या गुडघ्यावरची मूठ आवळली गेली.

"आणि... आणि राजद्रोह्यांना कडक शासन केलं जाईल."

संभाजीराजांचे सासरे पिलाजीराव शिर्के राजांच्या निर्णयाने अस्वस्थ झाले. ते म्हणाले,

"राजे! तो निर्णय जरा सबुरीनं घ्यावा."

"कारण?"

"कारण त्यात लहानमोठी माणसं आहेत."

"म्हणून काय झालं? मासाहेब... आबासाहेब जाताच या माणसांनी राजारामांचं मंचकारोहण केलं. यांना आमचा विसर पडला. गडाचे दरवाजे बंद

झाले. धाडस ते केवढं! खुद्द आम्हांला पकडण्यासाठी राज्याचे प्रधान मोरोपंत अन् सचिव अनाजी फौज घेऊन निघाले. अशांची गय कसली?

"पण राजे, बोलविता धनी वेगळाच असणार...! बिचारे..."

संभाजीराजांच्या मुखावर एक वेगळेच स्मित झळकले. कवी कलशांकडे एकवार पाहून ते म्हणाले,

"घाबरू नका मामासाहेब! झालंच तर, इंद्राय-तक्षकाय स्वाहाच होईल."

"राजे!" हंबीरराव उद्‌गारले.

हंबीरराव सोयराबाईंच्या नात्यातले. राजांचा निर्णय ऐकून त्यांना धक्का बसला.

"हंबीरराव, तुम्ही आमचे सेनापती. जाणते. राजकारणात अशा माणसांना क्षमा केली तर त्याचा भयंकर परिणाम भोगावा लागतो."

पण त्या बोलांनी हंबीररावांनी चिंता दूर झाली नाही. ती चिंतातूर मुद्रा पाहून राजे म्हणाले,

"जसे शिर्के आमचे मामा, तसेच तुम्हीही आमचे मामा लागता. खुद्द आईसाहेबांचे तुम्ही बंधू. ते नातंच ध्यानी घ्यायचं झालं असतं, तर आम्हांला वाचवलंत तरी कशाला? आम्हांला अटक करणं कुणाला शक्य नसलं तरी तुम्हांला ते नक्की जमलं असतं."

"महाराज!" हंबीररावांनी क्षणात चिंता झटकून टाकली. त्यांची छाती परत रुंदावली. ते विश्वासाने बोलले, "राजे, माझ्या मनात काही नाही. आपल्या पापाचा वाटा ज्याचा त्यानंच उचलला पाहिजे."

"व्वा हंबीरराव! आमचे सेनापती शोभलात खरे! आमची तुमच्याकडून हीच अपेक्षा होती." राजांनी एकदम विषय बदलला, "आमचे प्रधान अन् सचिव कुठं आहेत?"

"अष्टप्रधानकोठीत बंदोबस्तात त्यांना ठेवलं आहे." हंबीररावांनी सांगितलं.

"आणि प्रल्हादपंत, बाळाजी फर्जंद?..."

"ती सर्व मंडळी तिथंच निराळ्या महाली आहेत."

राजे हसले. "म्हणजे अष्टप्रधानमहाल बंदीशाळा बनला तर! एकदा त्यांना आमच्यासमोर उभं करा ना!"

"जी, आता?" हंबीररावांनी विचारले.

"हो! काय हरकत आहे?"

"सर्वांना?"

“नको! फक्त अनाजी अन् मोरोपंत. पाहू मिजास किती खाली उतरली ती. मोरोपंतांची तब्येत बरी नाही म्हणे!”

हंबीररावांना काही सुचले नाही. ते सदरेबाहेर गेले. सदरेवर काही घडलेच नाही असे समजून संभाजीराजे परत सर्वांसह हसत बोलू लागले.

काही वेळाने हंबीरराव सदरेवर आले. त्यांनी अनाजी व मोरोपंत यांना आणल्याची वर्दी राजांना दिली. राजांच्या मुखावरचे स्मित विरले. क्षणभर मुद्रा कठोर बनली. पण दुसऱ्या क्षणी ते हसत आज्ञा देते झाले,

“घेऊन या! सन्मानानं घेऊन या.”

साऱ्या सदरेचं लक्ष पायऱ्यांकडे लागलं होतं. हाती-पायी बेड्या घातलेले अनाजी पायऱ्या चढताना पाहताच सदरेवर विलक्षण शांतता पसरली. पाठोपाठ काढण्या लावलेले मोरोपंत येत होते. सदरेवर येताच दोघांनी संभाजीराजांना मुजरा केला.

संभाजीराजे अनाजींना निरखीत होते. अनाजी, मोरोपंत शांत नजरेने राजांच्याकडे पाहत होते. साऱ्या सदरेची नजर खाली झुकली होती.

“या अनाजी! आम्ही तुमचीच वाट पाहत होतो. पण मुजरा कराल असं वाटलं नव्हतं.”

“ते तर आमचं कर्तव्य आहे.” अनाजी बोलून गेले.

“अन् फौजेनिशी आम्हांला अटक करायला येणे... तेही कर्तव्यच वाटतं?” संयम राखीत राजांनी विचारलं.

अनाजी शांतपणे म्हणाले, “आज्ञेखेरीज आम्ही काही जाणत नाही.”

“खोटं!” राजे आसनावरून उठत उफाळले. कलशांकडे पाहत ते गरजले,

“पाहिलंत पंडितजी! ही आमच्या आबासाहेबांची विश्वासाची माणसं. आबासाहेब जाताच फितुरीचा कळस यांनी गाठला. मोरोपंत, तुम्ही यांच्या कटात फसाल असं आम्हांला स्वप्नातही वाटलं नव्हतं.”

“कट नव्हता?”

“जी!” मोरोपंत निश्चयपूर्वक बोलले,

“हा कट नव्हता. तो मंत्रिमंडळानं केलेला निर्णय होता. तो पाळणं सर्वांनाच बंधनकारक होतं.”

सारी सदर त्या उत्तराने अवाक् झाली. हंबीरराव भानावर येत उफाळले.

“पंत! मंत्रिमंडळ तुम्हा दोघांचंच नव्हे. त्यात सेनापतीही असतो.”

मोरोपंतांची नजर हंबीररावांकडे वळली. ते शांतपणे म्हणाले, “सेनापती,

ती जाणीव होती म्हणूनच आम्ही तुमच्याकडे आलो होतो. तो विश्वास नसता तर तुमच्या हाती आम्ही सापडलो नसतो.''

''अरेरे!'' संभाजीराजे उद्गारले, ''ऐका पंडितजी. मंत्रिमंडळानं आम्हांला अटक करण्याचा निर्णय केला. पण आमचे हे सेनापती मंत्रिमंडळाशी बेइमान झाले, आमच्याशी इमानी राहिले... हा त्यांचा गुन्हा खराच! फार मोठा! अक्षम्य!!!''

बोलता बोलता राजांचा आवाज कठोर बनला. ''पंत, ही उद्दाम भाषा कोणापुढं बोलता? प्रकृतीचं कारण सांगून हातची बेडी चुकवली....''

''क्षमा महाराज! गैरसमज होतोय.'' पंत म्हणाले;

''स्वराज्यकारणात आजवर प्रकृतीचं कारण सांगितलं नाही.''

''सव्वा मणाची बेडी पडली असती म्हणजे समजलं असतं.''

पंतांनी राजांच्या नजरेला नजर भिडवली, तितक्याच शांतपणे ते म्हणाले,

''राजे! ज्या हातांनी आजवर राज्याची जबाबदारी पेलली, त्या हातांना सव्वा मणाची बेडी जड पडणार नाही.''

''अरे व्वा! ही हिंमत!'' राजे संतापाने बेभान झाले.

''हंबीरराव, घेऊन जा यांना. सव्वा मणाचं ओझं काय असतं हे पटवून द्या. दरबारी आम्ही त्यांना त्यांच्या गुन्ह्याची शिक्षा सांगू.''

मोरोपंत-अनाजींनी मुजरे केले. दोघांनाही सदरेबाहेर नेण्यात आले. संतप्त राजांना कवी कलश म्हणाले,

''राजांनी शांत व्हावं. निराश झालेली माणसं अखेरच्या वेळी अशीच आततायी बनतात. ती शेवटची धडपड असते. राजांनी थोडी विश्रांती घ्यावी. आराम करावा.''

कलशांच्या बोलांनी राजांचा संताप थोडा निवळला.

''पंडितजी, आराम? तो आता मिळेल असं वाटत नाही. मासाहेब गेल्या आणि आमचा आराम सुटला. आबासाहेबांचा या लुच्च्या, लफंग्या मंत्र्यांवर विश्वसा फार. त्यांनी तर सदैव आमच्याकडं वाकड्या नजरेनं पाहिलं. खरं सांगतो पंडितजी, खुद्द आबासाहेबांच्यापेक्षा या दोघांची आम्हाला फार भीती वाटायची.''

''महाली चलावं. जरा आराम करावा.'' कलशांनी परत सुचवले.

राजांनी क्षणभर कलशांकडे पाहिले. त्यांच्या चेहऱ्यावर स्मित झळकले. ते म्हणाले,

"खरं आहे पंडितजी! आराम करणं एवढा एकच उपाय या व्याधीवर आहे. चला."

राजे कलशांबरोबर जायला निघाले. साऱ्यांचे मुजरे झाले. राजे आपल्या महाली गेले आणि सदरेवर एकच कुजबूज सुरू झाली.

बाहेर मध्यान्हीचा सूर्य असूनही मृग नक्षत्राची अखंड धार गडावर कोसळत होती. ग्रीष्माच्या निखाऱ्यात होरपळलेली पृथ्वी मृगाच्या धारेत भिजत होती. उष्ण नि:श्वास सोडीत होती.

२. आर्द्रा

मृगाने आपल्या सरत्या पावसात आर्द्राशी गाठ घालून दिली. पश्चिमेचे गार वारे गडाच्या माथ्यावर घोंगावू लागले. पावसाची अखंड धार गडावर कोसळू लागली. कडेकपारीतून पावसाच्या धारा वाहत होत्या. वाढत्या पाण्याने गंगासागराचा काठ गाठला होता. पावसाळी विरळ धुक्याने गड आच्छादला होता.

बालेकिल्ल्याच्या सात महालांतील आपल्या महालात पुतळाबाई बसल्या होत्या. दोन प्रहरची वेळ असूनही गारठा जाणवत होता. दाराशी पडलेल्या सावलीने पुतळाबाईंनी मान वर केली. दारात मनोहारी उभी होती. मनोहारी उभी होती. मनोहारी लहानपणापासून वाड्यात वाढलेली. मासाहेब, थोरल्या सईबाई राणीसाहेब, खुद्द शिवाजीमहाराज या सर्वांच्या विश्वासातील दासीचे स्थान तिने मिळविले होते. सर्वांआधी ती उठलेली असायची. सात महालांतून तिची अखंड धावपळ चाललेली असायची. मनोहारी उठली केव्हा आणि झोपली केव्हा, हे कुणालाच कधी कळायचे नाही. त्याच मनोहारीची धावपळ आता मंदावली होती. सदैव हसऱ्या दिसणाऱ्या चेहऱ्याने गांभीर्य धारण केले होते. महालाच्या दारी उभी राहून ती पुतळाबाईंकडे पाहत होती. पुतळाबाई म्हणाल्या,

"ये, बैस."

मनोहारी आत आली.

पुतळाबाईंनी चौकशी केली,

"धाकट्या राणीसाहेब कुठं आहेत?"

"झोपल्यात. मी तिकडूनच आले. झोप लागली होती."

"झोपू देत. फार थकलीय ती."

पुतळाबाई काही वेळ तशाच बसून होत्या. त्यांनी एकदम विचारले,

"अन् थोरल्या?"

"अष्टकोनी महालातच आहेत. युवराज बी तिथंच हाईत."

"अजून पहारा आहे?"

"तर, जी काय! माशाबी फिरकू देत नाहीत तिकडं. राणीसायेबाचं वाईट वाटत नाही; पण त्या पोराचं वाईट वाटतं...."

"मनू, जीभ सांभाळून बोलावं. किती केलं तरी थोरल्या..."

मनोहारी उसळली. "महाराज होते तवर त्या थोरल्या.. मी सारं बघितलंय..."

"तू काय बघितलंस ते मला ऐकायचं नाही. मला काही सांगू नकोस." पुतळाबाई डोळे टिपत म्हणाल्या, "तिकडचा महाल बंद आहे?"

"जी!"

"मनू, जा. उघडायला सांग. मी येते म्हणून कळव."

मनोहारी महालाबाहेर गेली आणि पुतळाबाईंनी लोडावर मान ठेवली. गडावर येऊन चार दिवस झाले होते. पण त्या चार दिवसांत सारखा तो विचार येऊनही बोलून दाखवण्याचा धीर पुतळाबाईंना झाला नव्हता. जेव्हा मनोहारी माघारी आली, तेव्हा पुतळाबाईंनी विचारले,

"काय झालं ग?"

"महाल उघडलाय."

"चल."

पुतळाबाई उठल्या. मनोहारी पुढे चालत होती. एक एक महाल ओलांडत दोघी जात होत्या. सुवर्णशाळा, दप्तरखाना, मोठी सदर... साऱ्या जागा कशा शांत वाटत होत्या. प्रत्येक कोपऱ्याचे चौकीपहारे त्या शांततेची भयाणता वाढवीत होते. पुतळाबाई महालानजीक आल्या. महालाचा दरवाजा उघडा होता. पहारेकरी बाजूला सरले होते. मनोहारी पुतळाबाईंकडे पाहत होती. पुतळाबाईंनी दीर्घ श्वास घेतला आणि त्यांनी महालात पाऊल ठेवले. साऱ्या महालावरून त्यांची नजर फिरत होती. महाल बंद राहिल्यामुळे एक दमट वास दरवळत होता. बैठकीचे गालिचे सुरळीत होऊन भिंतीला बिलगले होते. राजांची तलवार-ढाल नेहमीच्या ठिकाणी लटकावलेली होती. पुतळाबाई राजांच्या देव्हाऱ्यासमोर गेल्या. चांदीचा देव्हारा मंद प्रकाशात चमकत होता. देव्हाऱ्यातली जगदंबेची मूर्ती, स्फटिकाचे शिवलिंग अस्पष्ट दिसत होते. पुतळाबाई वळल्या आणि त्यांची नजर शिसवी पलंगावर खिळली. पलंगावर पांढरेशुभ्र आच्छादन

पसरले होते. त्या पलंगावर नजर स्थिरावताच आतापर्यंत दाबून ठेवलेला उमाळा उचंबळून आला. पुतळाबाई पलंगानजीक धावल्या. जमिनीवर बसून त्यांनी पलंगाच्या काठावर मस्तक ठेवले. उजवा हात त्या रिकाम्या गादीवरून फिरत होता. सारे अंग गदगदत होते. अश्रूंनी गादीची कड भिजत होती. मागे उभ्या असलेल्या मनोहारीची तीच अवस्था झाली होती. उभ्या जागी तोंडाला पदर लावून ती हुंदके देत होती.

बऱ्याच वेळाने पुतळाबाईंनी मान वर केली. आपले अश्रू पुसले. मनोहारीकडे पाहात त्यांनी विचारले,

"शेवटी काही बोलले का ग?"

मनोहारीने डोळे टिपले. ती म्हणाली, "हो!"

"काय म्हणाले?"

आलेला हुंदका आवरीत मनोहारीने सांगितले,

"आम्ही फार एकटे राहिलो... फार एकटे राहिलो... असं म्हणाले; अन् शेवटी थोरल्या राणीसाहेबांचं नाव घेतलं..."

"सईबाईसाहेबांचं?"

"जी!"

पुतळाबाई क्षणभरच आपल्याच विचारात गुंतल्या. एक खिन्न स्मित त्यांच्या चेहऱ्यावर प्रकटलं.

"मनू, माणसानं फार मोठं होऊ नये बघ. भारी एकटं राहावं लागतं...."

मनोहारी काही बोलली नाही. एक दीर्घ नि:श्वास सोडून पुतळाबाई उठल्या.

"मनू, अष्टकोनी महालाकडं जाऊ या चल."

"पण राणीसाहेब...."

"काय?"

"तिथं कुणालाही जायची परवानगी नाही. तसा सक्त हुकूम आहे."

"पाहू चल."

राजांच्या महालातून दोघीही बाहेर पडल्या. पाऊस थांबला होता. मनोहारी अष्टकोनी महालाकडे जात होती. महालाबाहेर पहारे उभे होते. पुतळाबाईंना येताना पाहताच विठोजी कदम उभा राहिला. पुढे आलेल्या मनोहारीसंगे बोलला. मनोहारी पुतळाबाईंच्या जवळ आली.

"राणीसाहेब, विठोजी म्हणतोय की, आत जायला राजांची परवानगी हवी."

"विठोजीला आम्ही येत असल्याचं सांग. पहारे बाजूला घ्या म्हणावं."

मनोहारीपाठोपाठ येणाऱ्या पुतळाबाईंना पहाताच विठोजी बाजूला सरकला. पहारे मागे हटले. विठोजीने मुजरा केला. पुतळाबाई क्षणभर थांबल्या.

"विठोजी, इथं पहाऱ्याची गरज नाही. इथला पहारा उठवा. आम्ही पहारा उठवला म्हणून राजांना सांगा."

कळायच्या आत विठोजी नकळत बोलून गेला, "जी."

पुतळाबाईंनी महालात पाय ठेवला आणि त्यांचं पाऊल उंबरठ्यावरच खिळलं. गालिच्यावरच्या बैठकीवर सोयराबाई गुडघ्यात मान घालून बसल्या होत्या. पलंगावर राजाराम झोपले होते. पुतळाबाईंना पाहताच सोयराबाई रडू लागल्या. पुतळाबाई जवळ जाऊन बसल्या. धीर करून त्यांनी सोयराबाईंच्या पाठीवर हात ठेवला. सोयराबाई पुतळाबाईंच्या मिठीत अश्रूंना वाट देत होत्या. काही वेळाने सोयराबाईंनी आपला शोक आवरला. त्यांनी विचारले,

"केव्हा आलात?"

"चार दिवस झाले."

"आज परवानगी मिळाली वाटत?"

"आपल्या माणसांना भेटायला परवानगी लागत नाही."

पुतळाबाईंचे लक्ष राजारामांकडे गेले. त्या उठल्या. पलंगाकडे जात असता त्यांनी विचारले,

"युवराज बरे झोपलेत?"

"दोन दिवस ताप येतोय." सोयराबाईंनी सांगितले.

"मग औषध?"

"औषध कशाला हवं? हत्तीच्या पायाखाली जाण्यापेक्षा आजारपणात."

"बाई! काय बोलता हे? या लेकरानं काय केलं?"

सोयराबाई काही बोलल्या नाहीत. पुतळाबाई राजारामांच्या जवळ गेल्या. राजारामांनी पुतळाबाईंना मिठी मारली. ते रडू लागले.

"हं, युवराज! रडायचं नाही. युवराज कधी रडतात का?"

राजारामाने डोळे पुशीत विचारले,

"आईसाहेब, दादामहाराज आम्हांला हत्तीच्या पायाखाली देणार?"

"असं कोण म्हणतं?"

"कुणी कशाला म्हणायचं हवं?" सोयराबाई म्हणाल्या, "खुद्द तुमचे चिरंजीवच येऊन सांगून गेले. जोवर हत्तीच्या पायाखाली दिलं जात नाही, तोवर या महालात राज्य करा.... म्हणाले. बाई, माझा काही दोष नाही. सगळं त्या

दोघांनीच केलं.''

''दोष नाही कसा?'' पुतळाबाईंच्या त्या बोलाबरोबर सोयराबाईंनी आश्चर्यानं वर पाहिले. ''येवढं आजारपण राहिलं, पण मला गडावर घेतलं नाहीत... मी काय केलं होतं तुमचं?''

''काय सांगू बाई! सारा दोष माझ्यावरच. कुणाला भेटायचं नाही म्हटल्यावर, कोण काय करणार?''

पुतळाबाई हसल्या.

''बाई, निदान आता तरी खोटं बोलू नका. गडाचे दरवाजे बंद करून घेतलेत. बाई, मी गडावर आले असते तर फार बरं झालं असतं. निदान आज घडतंय ते टळलं असतं.''

''हवं ते म्हणा, पण काही सुचलंच नाही हेच खरं! मला तुम्हाला खूप सांगायचं आहे.''

''मला काही ऐकायचं नाही.'' पुतळाबाईंनी मनोहारीकडे पाहिले.

''मनू, वैद्यांना घेऊन ये. युवराजांची तब्येत बरी नाही म्हणावं.''

मनोहारी गेली. राजारामांनी विचारले,

''दादामहाराज का रागावलेत? त्यांची आम्हाला भीती वाटते.....''

पुतळाबाई राजारामांना जवळ घेत म्हणाल्या,

''युवराज, धाकट्या भावाला कोणी शिक्षा करतं का? रागावले असतील. राग शांत होईल. तुम्हाला जपणं हे त्यांचं कर्तव्य आहे.''

''चांगला जपतोय!'' सोयराबाईंचा संताप उसळला. ''आईची जाण नाही; तो भावाची काय ठेवणार?''

''का ठेवावी त्याचं कारण समजेल?''

त्या शब्दाबरोबर दोघींच्या नजरा दरवाज्याकडे गेल्या. दरवाज्यात संभाजीराजे उभे होते. भ्यालेले राजाराम पुतळाबाईंना बिलगले. महालात येत संभाजीराजे पुतळाबाईंना म्हणाले,

''आमच्याविरुद्ध तक्रारी चालल्या होत्या वाटतं? त्याचसाठी महालावर सक्त पहारे ठेवले होते.. पहारे आपण उठवलेत असं ऐकतो.''

''हो!''

''पण आईसाहेब...''

''युवराज, हा वाडा आहे. आजवरचे महालाचे पहारे इथल्या माणसांची आदब म्हणून रहात असत. त्याच महालावर तुरुंगासारखे पहारे शोभत नाहीत.

आपले गडाचे पहारे चोख आहेत. इथं त्यांची गरज वाटत नाही.''

''जशी आज्ञा.''

संभाजीराजे जाण्यासाठी वळले तोच, पुतळाबाईंचे शब्द त्यांच्या कानावर पडले–

''युवराजांना बरं नाही,... ताप आहे.''

संभाजीराजे वळले. त्यांचं लक्ष पलंगावर स्थिरावलं. धीमे पावलं टाकीत ते पलंगाजवळ गेले. दहा वर्षांचे राजाराम त्यांच्याकडे पाहत होते. राजारामांनी विचारले,

''दादामहाराज, रागावलात?''

संभाजीराजे चटकन राजारामांच्याजवळ गेले. त्यांना जवळ घेत ते म्हणाले,

''नाही बाळराजे! तुमच्यावर कोण रागावेल? ते बळ आम्हांला नाही...''

राजाराम हसले.

संभाजीराजांनी विचारले,

''औषध घेतलं नाही ना? वैद्यराज जरूर येतील. मनू भेटली होती. वैद्यराजांना मुभा द्यायला मी सांगितलंय.''

''कोण वैद्य?'' सोयराबाईंनी एकदम विचारले.

''दुसरे कोण?''

संभाजीराजांच्या चेहऱ्यावर स्मित झळकले. सोयराबाईंच्या नजरेला नजर देत ते म्हणाले,

''आपले वैद्यराज! ज्यांनी आबासाहेबांना औषधपाणी केलं... ते.''

''समजतात मला बोलणी! माझी हरकत नाही.''

संभाजीराजांचा संताप अचानक उफाळला. ते पलंगावरून उठले.

''आपल्या हरकतीचा सवाल आता उरत नाही. तो अधिकार केव्हाच सरला हे ध्यानी घ्यावं.''

''युवराज!'' पुतळाबाई म्हणाल्या.

''आईसाहेब, आपल्याला यांची करणी माहीत नाही... फार सहन केलं.''

संभाजीराजांचा सारा चेहरा गोरामोरा झाला. डोळे आरक्त बनले. सोयराबाईंकडे बोट दाखवत ते उसळले,

''तुम्हांला कदाचित माहीत नसेल. आबासाहेब पन्हाळ्याला भेटले. आम्ही चांगले बोललो, फिरलो. तिथून आबासाहेब येतात काय, तातडीनं राजारामांची मुंज होते काय, त्याचं लग्न होतं अन् आम्हांला बोलावलं जात नाही!... धाकट्या

भावाचं लग्न अन् मोठा भाऊ हजर राहू शकत नाही. अन् त्यानंतर आठ दिवसांत आबासाहेब आजारी पडतात काय... अन् पुढे अकराच दिवसांत कारभार आटोपतो काय! असा कोणता आजार झाला, की सारा मामला येवढ्या तडकाफडकी संपावा? याला काही उत्तर आहे?''

पुतळाबाईंनी आपले अश्रू आवरले. त्या शांतपणे म्हणाल्या,

''माझ्या कुंकवाचे बळ सरलं एवढंच मला माहीत आहे!''

''आईसाहेब, एक विचारतो... कशासाठी त्यांना पाठीशी घालता? आबासाहेब आजारी होते; तुमची आमची आठवण त्यांनी घडोघडी केली असेल. पण गडाखालच्या तुम्ही गडावर आला नाहीत, ते पन्हाळ्याला असलेले आम्ही कसे येणार?''

पुतळाबाईंचे ओठ थरथरू लागले. सारे बळ एकवटून त्या ओरडल्या,

''बाळराजे ऽऽ!''

गालांवरून निथळलेली आसवे न पुसता संभाजीराजे बोलले,

''बाळराजे ऽऽ!... आबासाहेब आम्हांला नेहमी ह्याच नावानं हाक मारीत असत. आईसाहेब, ही हाक आता ऐकू यायची नाही. आबासाहेब गेले अन् आम्ही गादीचे वारस असताना यांनी मंत्र्यांच्या सल्ल्यानं राजारामाचं मंचकारोहण करवलं अन् खुद्द आम्हांला अटक करण्यासाठी फौज घेऊन मंत्री पाठवले. यातला एक तरी गुन्हा क्षम्य वाटतो? सांगा, कोणत्या आधारावर हे सारं विसरावं?''

''बाळराजे! त्या तुमच्या थोरल्या आईसाहेब आहेत. तेवढा आधार पुरेसा नसेल तर दुसरा हुडकूनही सापडणार नाही.''

''थोरल्या बाईसाहेब... हं! आईसाहेब म्हणून कुणी आईसाहेब होत नाही. आमच्या आईसाहेब आम्हांला केव्हाच सोडून गेल्या. राहिल्या त्या....''

''युवराज! जबान सांभाळा... आम्ही इथं आहोत....'' पुतळाबाई बोलल्या.

त्या बोलांनी संभाजीराजे भानावर आले. त्यांचा चेहरा शरमिंदा बनला. मान क्षणात झुकली. दबल्या आवाजात ते बोलले,

''क्षमा आईसाहेब! भावनेच्या भरात अक्षम्य चूक झाली. आम्ही क्षमा मागतो.''

''युवराज, चुका नेहमी भावनेच्या भरातच होतात. पुन्हा कधी असं बोलू नका.''

''आम्ही येतो.''

“जरूर या... पण एक विनंती आहे.”

“आज्ञा करावी.”

“आम्ही ऐकतो की, अनाजी व मोरोपंत यांच्या हाती बेड्या आहेत. त्या बेड्या उतरायला सांगा.”

“अशक्य!”

संभाजीराजे एकदम वळले. सारा संताप परत उफाळला. पण पुतळाबाईंच्या नजरेतला शांतपणा ढळला नाही. त्या म्हणाल्या,

“ही विनंती नव्हे, आज्ञा आहे!”

“जी!”

“युवराज! इकडून अनेक वेळा त्या दोघांच्या हाती सोन्याचे तोडे चढलेले आम्ही पाहिले आहेत. त्या हातांत बेड्या शोभत नाहीत. जे गुन्हेगार आहेत त्यांना जरूर शासन करा. पण तो दरबार एवढ्यात भरवण्याची घाई करू नका.”

संभाजीराजांनी अभावितपणे विचारले,

“कारण समजेल?”

“युवराज! तुमचं दैव बलवत्तर. तुम्ही विजयी ठरलात. सुखरूप गडावर आलात. राज्य सांभाळण्याचा विचार करण्याआधी एका गोष्टीचा विचार जरूर करा.”

“बोलावं. आम्ही समजलो नाही.”

“सारीच गडबड झाली. मी ऐकते की, क्रियाकर्मंदेखील व्यवस्थित पार पडली नाहीत. पंडितजींचा सल्ला घेऊन आधी ते...”

पुतळाबाईंना बोलणे अशक्य झाले.

“आबासाहेबांचे दिवसही घातले नाहीत!...”

संभाजीराजे खिन्नपणे उद्गारले, “कोण घालणार? त्यांचं कुणी इथं नव्हतंच ना!”

“जी!”

संभाजीराजांनी मुजरा केला. ते महालाबाहेर गेले. पुतळाबाईंनी अश्रू टिपले. सोयराबाई त्यांच्याकडे आश्चर्याने पाहत होत्या.

“हा कुणाचं ऐकेल असं वाटलं नव्हतं. तुम्ही होता म्हणून बरं झालं.”

“मूल चुकेल. पण ऐकत नाही असं कधी होत नाही... मी येते.”

“जरा थांब! मला तुझ्याशी बोलायचंय.”

पुतळाबाई म्हणाल्या,

"बाई, परत केव्हा तरी मी येईन. पण आता काही बोलू नका. मला काही सोसायचं नाही."

आणि पुतळाबाई मनोहारीसह महालाबाहेर केव्हा गेल्या ते सोयराबाईंना कळलंही नाही.

पुतळाबाईंच्या पाठोपाठ मनोहारी जात होती. सात महाली पुतळाबाई जातील असे मनोहारीला वाटत होते. पण पुतळाबाई आपल्या महालाजवळ थांबल्या नाहीत. त्या सरळ मेण दरवाज्याकडे जात होत्या. मेण दरवाज्याजवळ उतरून पुतळाबाई तिथल्या विस्तीर्ण मैदानावर आल्या. संध्याकाळचा गार वारा अंगाला झोंबत होता. पश्चिमेच्या गार वाऱ्याने तीव्रता धारण केली होती. सारे आकाश ढगांनी व्यापले होते. उत्तुंग पर्वतांनी रेखलेल्या त्या दरीत विरळ धुके उतरत होते. पुतळाबाई बेभान होऊन ते दृश्य पाहात होत्या. मस्तकावरचा पदर केव्हा पडला याचंही त्यांना भान नव्हतं. केसांच्या बटा चेहऱ्यावर रुळत होत्या. श्वेत पदर वाऱ्यावर फडफडत होता. पुतळाबाईंची नजर पश्चिम क्षितिजावर स्थिरावली होती. चेहऱ्यावर एक वेगळाच आनंद प्रकटला होता.

मनोहारीने धीर करून हाक मारली, "राणीसाहेब!"

"अं?"

पुतळाबाईंनी मनोहारीकडे पाहिले.

"मनू, तुला माहीत आहे ना? ही जागा त्यांना भारी आवडायची. जेव्हा सवड मिळेल तेव्हा इथं येऊन बसायचे. इथून हरवलेलं सारं दिसायचं. तो पाचाडचा मासाहेबांचा वाडा अन् आकाशात असतानाच मावळणारा सूर्यही. त्यांनी सांगेपर्यंत माझ्या कधी लक्षात आलं नाही बघ, या गडावरून कधी सूर्य मावळताना दिसत नाही. बऱ्याच वेळा तो आकाशात असतानाच अचानक नाहीसा होतो. ते पाहून त्यांना थोरल्या राणीसाहेबांची आठवण व्हायची."

पुतळाबाई स्वतःशीच हसल्या.

"तसं पाहिलं तर त्यांनी फार थोडं हरवलं बघ. पण मी मात्र...."

"राणीसाहेब!"

"चल, जाऊ या आपण."

दोघी वाड्याकडे जात होत्या. सूर्य मावळला होता. आकाश ढगांनी व्यापले होते. घोंगावणारा वारा पावसाची सूचना देत होता. सूर्य मावळला होता तरी, धरतीवर सायप्रकाश रेंगाळत होता...

आर्द्रेच्या तिरप्या सरी गडावर कोसळत होत्या. पावसाच्या सरी थांबल्या की, गडाच्या चारी वाटांनी पाण्याचे ओहोळ धावताना दिसत. गडाच्या माथ्यावरून पश्चिमेचे ढग विसावत जाताना दिसत. धुक्याच्या तलम वस्त्राखाली आच्छादलेल्या शिरकाई मंदिर, बाजार पेठ, श्रीवाडेश्वर मंदिर या साऱ्या वास्तू स्वप्ननगरीसारख्या वाटत. दोन प्रहर कलली असताना मनोहारी पुतळाबाईंच्या महालात आली आणि तिने संभाजीराजे येत असल्याची वर्दी दिली. संभाजीराजे आले. त्यांनी पुतळाबाईंना मुजरा केला. पुतळाबाईंनी बैठकीकडे बोट दाखवले.

"बसा."

संभाजीराजे तसेच उभे होते. पुतळाबाईंच्या चेहऱ्यावर हसू उमटले. त्या बैठकीवर बसल्या आणि त्यांनी परत सांगितले,

"बसा."

संभाजीराजे बैठकीच्या कोपऱ्यावर बसले. बोलण्याची सुरुवात कशी करावी हे संभाजीराजांना कळत नव्हते. पुतळाबाईंच्या ते ध्यानी आले. त्यांनी विचारले,

"आपण पंडितजींचा सल्ला घेतलात?"

"जी! आपली शंका बरोबर होती. अद्याप अस्थींचा विधी अपूर्णच राहिला आहे. त्यामुळे परत सर्व क्रियाकर्म करावं लागेल."

"तसं करा."

"आम्ही गडावर आल्यापासून दहावा दिवस... एकादशीला दहावा दिवस येतो. तो दिवस पंडितजींनी निवडला आहे."

"ठीक आहे. त्यांच्या नावाला साजेसं करा. कशात कमतरता राहू देऊ नका."

"जशी आज्ञा."

"आणि हे पाहा, त्यांचं क्रियाकर्म होत असता त्यांची आवडती माणसं दुःखात ठेवू नका."

"आईसाहेब, आपण आज्ञा करताच मोरोपंत-अनाजींच्या बेड्या काढल्या...."

"ते माहीत आहे. आता तुम्ही राजे... राजकारण मला कळत नाही. पण तुमची नवी घडी; एकेक माणूस त्यांनी मोलानं जतन केलं. ती माणसं एकदम टाकू नका. शिक्षेपेक्षा क्षमेनं कार्य साधून जातं. मागचं विसरा. ही माणसं जुळवून घेता आली तर बघा."

"जी! जशी आज्ञा."

"ही आज्ञा नाही.'' पुतळाबाई हसून म्हणाल्या, "मला वाटलं ते मी सांगितलं.''

संभाजीराजे उठले. मुजरा करून ते म्हणाले,

"आम्ही येतो.''

"आणि हे पाहा...'' पुतळाबाईंनी परत सांगितले.

क्षणभर संभाजीराजांचे ओठ थरथरले. कष्टाने ते म्हणाले,

"आईसाहेब! आमच्या हातून काही गुन्हा घडला का?''

पुतळाबाईंच्या चेहऱ्यावर तेच स्मित हास्य होते. त्या त्याच आवाजात म्हणाल्या,

"गैरसमज करून घेताहात राजे! त्या वेळी आम्ही गडावर असतो, तर तेव्हाच सती गेलो असतो.''

"पण का?''

"त्याला स्त्रीजातीतच जन्मावं लागतं... ते सांगूनही तुम्हाला कळायचं नाही.''

राजांच्या डोळ्यांत अश्रू गोळा झाले. कंठ दाटून आला.

"आईसाहेब, तुम्ही जाऊ नका. आमची अशी माणसं उरली नाहीत. तुम्ही राहिलात तर आम्हाला जगण्याचं बळ येईल. आम्ही शंभुदेवाची शपथ घेऊन सांगतो, ज्या निष्ठेने आबासाहेब मासाहेबांकडे पाहत होते, त्याच निष्ठेनं आम्ही राहू. तुमच्याविना आम्ही या जगात एकटे होऊ...''

"सुटली म्हणा,'' पुतळाबाईंनी सांगितले,

"अन् एकटेपणाचं भय बाळगू नका. राजेलोकांच्या माथी एकटेपणच असतं. त्याची सवय तुम्ही करून घ्यायला हवी.''

संभाजीराजांना तशाही स्थितीत हसू आले. राजांचे ते अश्रूंनी डबडबलेले डोळे, चेहऱ्यावरचे हसू पाहून पुतळाबाईंनी विचारले,

"का हसलात?''

"काही नाही, आईसाहेब! सहज आठवलं...''

"काय आठवलं, राजे?''

"पुरंधरचा तह झाला. ओलीस म्हणून आम्ही मिर्झाराजे जयसिंगांकडे जाण्याचं ठरलं. आम्हांला एकटं जायला भीती वाटत होती. तेव्हा आबासाहेब हेच म्हणाले होते... ते शब्द... क्षणभर आपल्या मुखानं आबासाहेब...''

पुतळाबाई पुढे झाल्या. संभाजीराजांच्या जवळ जात म्हणाल्या,

"बाळराजे, बोलू नका! ती योग्यता माझी नाही. ती योग्यता असती तर मी

मागं कशाला राहिले असते?''

क्षणभरात पुतळाबाईंनी स्वत:ला सावरले. संभाजीराजांपासून दूर होत त्या म्हणाल्या,

''नेहमी मागून जायची सवय ना! तीच नडली...''

एकादशीला पुतळाबाईसाहेब सती जाणार ही बातमी साऱ्या गडावर पसरली. गडाच्या सुवासिनी पुतळाबाईंच्या दर्शनासाठी येऊ लागल्या. सायंकाळच्या वेळी पुतळाबाई महालात बसल्या असता दासीने अनाजी, मोरोपंत आल्याची वर्दी दिली. महालात बसलेल्या स्त्रिया उठून आत गेल्या. मोरोपंत, अनाजी महालात आले. दोघांनी पुतळाबाईंना मुजरे केले.

पुतळाबाईंची मोरोपंतांकडे नजर वळली आणि मोरोपंतांच्या मुखातून हुंदका बाहेर पडला. उभ्याने ते मूक अश्रू ढाळू लागले. पुतळाबाई विस्मयाने मोरोपंतांकडे पाहत होत्या. तीच शेलाटी अंगलट होती. तोच गौरवर्ण होता. पण पूर्वीची जरब कुठल्या कुठे गेली होती. हेच ते मोरोपंत, की ज्यांनी साल्हेर-मुल्हेरची लढाई जिंकली होती, प्रतापगडासारखे नामांकित गड उभारले होते, राजे दक्षिण दिग्विजयासाठी गेले असता, उभे राज्य ह्याच मंत्र्यांवर त्यांनी सोपविले होते. स्वराज्याच्या स्थापनेपासून राजांचे सोबती, राज्याचे प्रधान असलेले मोरोपंत पुतळाबाईसाहेबांच्या समोर एखाद्या वठलेल्या चंदनवृक्षासारखे उभे होते. पुतळाबाईंचे मन हेलावले.

''पंत! आपल्या डोळ्यांत अश्रू शोभत नाहीत.''

नकारार्थी मान हलवीत पंत म्हणाले, ''नाही राणीसाहेब! आता अश्रू ढाळण्याखेरीज काही उरलं नाही.''

पंतांनी डोळे पुसले. पुतळाबाईंकडे पाहत ते म्हणाले,

''राणीसाहेब! आपण स्त्री जन्माला आलात. त्या धर्मानुसार आपण सती जाऊन स्वर्गलोक मिळवाल. पण आमचा धर्म वेगळा. आम्हांला मरतासुद्धा येत नाही. राजे गेले... आता जगू नये असं वाटतं... लौकर डोळे मिटावेत एवढीच इच्छा राहिलीय....''

''अगदी खरं राणीसाहेब!'' अनाजी बोलले,

''या नव्या राजवटीत जगणं कठीण! आपण होता म्हणून बेडी सुटली.''

''ती युवराजांची कृपा. माझी नव्हे.''

''राणीसाहेब! आपण सर्व जाणता. आपण सांगितलंत तर युवराजांचे सारे गैरसमज दूर होतील.''

"गैरसमज होतोय अनाजी! योग्य ते सांगितलं म्हणून युवराजांनी ऐकलं. त्यांच्याही मनात तेच होतं. दुजोरा हवा होता; तेवढा मी दिला. मला तुमच्या राजकारणातलं काही समजत नाही. कधीच कळलं नाही..."

"पण आपण..."

"अनाजी, एवढी युवराजांची भीती बाळगण्याचं कारण काय? तुम्ही सांगितलंत तरी ते विश्वास ठेवतील. तेवढी समज त्यांना आहे." पुतळाबाई हसल्या.

"अनाजी, पण तेवढा धीर तुम्हांला हवा."

"राणीसाहेब!"

"अनाजी! मी उपरोधानं बोलत नाही. खरं तेच सांगितलं. बुद्धीनं राजकारण चालतं. भावनेनं मनं वळतात."

"खरं आहे." अनाजी बोलले,

"राणीसाहेब, आपली योग्यता फार मोठी. आजवर..."

पण पुतळाबाईंनी अनाजींना पुढे बोलू दिले नाही. त्यांनी एकदम विचारले,

"अनाजी, थोरल्या राणीसाहेबांना भेटलात?"

अनाजींनी चमकून पुतळाबाईंकडे पाहिले.

"जी, अद्याप नाही."

"त्यांना भेटायला हवं होतं. त्या थोरल्या. त्यांचा मान मोठा, तो राखला जायला हवा होता."

अनाजी काही बोलले नाहीत; काही क्षण गेले अन् दोघांनी मुजरे केले. दोघे महालाबाहेर गेले, तरी पुतळाबाई तेथेच बसून होत्या.

एकादशीचा दिवस उजाडला. पहाटेपासूनच सारा रायगड जागा झाला होता. सकाळपासून होम वगैरे चालू होते. कवी कलश व पुरोहित सर्व क्रियाकर्मे पार पडतात याकडे लक्ष देत होते. संभाजीराजांनी अस्थिदर्शन घेऊन विधिपुर:सर क्रिया केली.

पहाटेला पुतळाबाईंनी अष्टकोनी महालात जाऊन सोयराबाई व सातमहालातील सगुणाबाईसाहेब यांची भेट घेतली होती. सूर्योदयाला स्नान करून पुतळाबाईंनी सतीच्या वस्त्रालंकाराचा स्वीकार केला. पुतळाबाईंनी हिरवा शालू परिधान केला होता. कपाळी मळवट भरला होता. अंगावर हिरेमाणकांचे दागिने, सुवर्ण जोडवी, मोत्यांची कर्णभूषणे दिसत होती. शुष्कता जाऊन त्या ठिकाणी एक

वेगळेच तेज त्यांच्या मुखावर प्रकटले होते. सौभाग्यलेणे धारण करून पुतळाबाई राजांच्या महाली आल्या. तेव्हा महाल सुवासिनींनी गजबजला होता. महालाच्या मध्यभागी जरी बैठक अंथरली होती. तिच्या चारी बाजूंना शुभ्र बैठक अंथरली होती. जरी बैठकीच्या उजव्या हाती अनेक तबके आच्छादून ठेवली होती. सुवर्णनाणी, मोती, माणके यांनी ती तबके भरली होती.

प्रसन्न मुद्रेने पुतळाबाई बैठकीवर येऊन बसल्या. साऱ्या सुवासिनी पुतळाबाईंकडे थक्क होऊन पाहत होत्या. काहींच्या डोळ्यांत अश्रू साकळत होते. पुतळाबाईंनी मनोहारीकडे पाहिले. मनोहारीने जरीबासन पुढे केले. पुतळाबाईंनी ते हळूवार हातांनी उघडले. त्यातले जरी-चढाव काढून आपल्यासमोर ठेवले.

दोनप्रहरच्या सुमारास पिलाजीराव महालात आले. पुतळाबाई उठून उभ्या राहिल्या. पिलाजीरावांना कसे बोलावे ते कळत नव्हते.

पुतळाबाईंनी विचारले.

"मामासाहेब, काय निरोप आहे?"

पिलाजीराव अकारण खाकरले.

"राणीसाहेब! क्षमा असावी. जिथं दहन झालं तिथं सर्व व्हावं असं राजांना वाटतं. पण पुरोहितांच्या..."

"समजलं. त्या पवित्र जागेवर पाय ठेवावा असं आम्हांलाही वाटत नाही. गडाच्या कुठल्या तरी उतरणीवर आम्हांला विश्रांतीची जागा द्या."

पुतळाबाई हसल्या.

"या गडावरची हवा आम्हांला कधी मानवलीच नाही. इथं फार काळ राहताच आलं नाही."

पिलाजीराव गेले. थोड्या वेळाने पुरोहित आले. त्यांनी दाखविल्याप्रमाणे पुतळाबाईंनी सतीची वाणे दिली. आवरलेल्या हुंदक्यांना वाट मिळत होती. एकेक सुवासिनी राणीसाहेबांना हळदकुंकू लावून पाया पडत होती. उजव्या हाताने पुतळाबाई तबकातल्या मोहरा देत होत्या.

महालातील साऱ्या स्त्रिया बाजूला झाल्या. संभाजीराजे राजारामांसह आले. काही न बोलता संभाजीराजे उभे होते. त्यांचे लक्ष पुतळाबाईंच्या समोर ठेवलेल्या जरी चढावांवर खिळले होते. पुतळाबाईंच्या ते ध्यानी आले. त्या हसत म्हणाल्या,

संभाजीराजे पुढे झाले. त्यांनी पुतळाबाईंच्या पायांवर मस्तक ठेवले. अश्रूंनी पाय भिजत होते. प्रेमभराने पुतळाबाईंनी संभाजीराजांना उठवले.

“राजे! आनंदाच्या दिवशी कुणी रडतं का? आता फार मोठी जबाबदारी तुमच्यावर. अश्रू ढाळायलादेखील उसंत मिळायची नाही. तुम्हाला काय आशीर्वाद देऊ हेच कळत नाही. मी जाते म्हणून वाईट वाटून घेऊन नका. मरण चुकवू म्हणून चुकत नाही– मृत्यू अटळ आहे. तो दारी उभा राहतो तेव्हा त्याचं स्वागत आपण कोणत्या तऱ्हेनं करतो, यातच साऱ्या जीवनाचं साफल्य दडलेलं असतं. मी कधी मरणाचा विचार केला नाही. मला कधी त्याचं भयही वाटलं नाही. आज त्याच्या समोर जाताना आनंद वाटतोय. तुम्हालाही मृत्यूचं भय कधी वाटू नये, हा माझा आशीर्वाद आहे...”

बोलता बोलता पुतळाबाईंनी आपली कर्णभूषणे काढली. पायातली सोन्याची जोडवी काढली. ती संभाजीराजांच्या हाती देत त्या म्हणाल्या,

“येसू-भवानीला भेटायचं होतं. येसूला हे द्या. तिला आमचे आशीर्वाद सांगा.”

संभाजीराजे मागे सरले. पुतळाबाईंनी हात जोडून जमलेल्या जनसमुदायाला वंदन केले. शिडीवरून त्या चितेवर चढल्या. पूर्वेकडे तोंड करून त्यांनी चितेवर बैठक घेतली. हळूवार हातांनी जरी चढाव उचलून हृदयाशी कवटाळले. ब्राह्मणांचे मंत्रोच्चार कानावर पडत होते. चारी बाजूंनी धूर उठू लागला होता.

चारी बाजूंनी ज्वालानी वेढलेल्या त्या चितेकडे संभाजीराजे विस्फारित नेत्रांनी पाहत होते.... ज्वालांखेरीज काही दिसेनासे झाले होते.

तेजोमय चितेकडे पाहणाऱ्या संभाजीराजांच्या डोळ्यांतले अश्रू आटून गेले. नकळत त्यांचे हात जोडले गेले. निर्भय चित्ताने ते वळले. पिलाजीरावांच्या गालांवरून अश्रू ओघळत होते. राजे म्हणाले,

“पिलाजीराव, रडता कशाला? आईसाहेब गेल्या. पण जाताना आपल्याबरोबरच आमच्या आयुष्याचं सोनं करून गेल्या. येवढं मोठं देणं आजवर कोणी आम्हाला दिलं नव्हतं...”

पिलाजीरावांनी पाहिलं–

संभाजीराजे शांत नजरेने चिता पाहत होते.

भर दिवसाही त्या चितेच्या प्रकाशात संभाजीराजे उजळून निघाले होते...

१९६९

●●

रणजित देसाईंचे साहित्य म्हणजे वाचकांशी उच्च भावनिक स्तरावर साधलेला कलात्मक संवाद!

रणजित देसाई यांचे काही लक्षवेधी कथासंग्रह.

मोरपंखी सावल्या

पशुपक्ष्यांचे अंतर्मन व्यक्त करणाऱ्या प्राणीकथा
'मोरपंखी सावल्या' या आगळ्यावेगळ्या संग्रहात निसर्गाच्या सावलीत वाढणाऱ्या प्राण्यांच्या पंधरा कथा साक्षेपानं एकत्रित केलेल्या आहेत. या सर्व कथांचं विलक्षण वैशिष्ट्य असं, की त्या पूर्णत: मानवविरहित आहेत.

कथासूत्रात बांधलेली ही ललित्यपूर्ण निसर्गचित्रं पाहून आणि अनुभवून, रणजित देसाई हा आपल्या काळातील केवढा थोर साहित्यिक होते, याचा उत्कट प्रत्यय वाचकांना येईल.

प्रपात

शहरातील लोकजीवनाचे दर्शन घडवणाऱ्या कथा.
देसाईंच्या नेहमीच्या कथांपेक्षा या कथा वेगळ्या आहेत. जीवनातील विशिष्ट क्षणांविषयी, नाट्याविषयी, शहरीजीवनात हरघडी अनुभवायला येणाऱ्या कठोर, रूक्ष क्षणांविषयी विचार करायला लावणाऱ्या कथा.

कथा जसजशी वाचत जावी तसतसा वाचक त्यात गुंतत जातो आणि कथेचा शेवट त्या विचारांना चालना देतो.

मेख मोगरी

मनाचा ठाव घेणाऱ्या कथा.
मेखमोगरी, सूरसिंगार आणि शेवट शिवाजी, संस्कार, मोकळं आकाश या पाच कथांचा समावेश असलेला कथासंग्रह. यातील तीन ऐतिहासिक स्वरूपाच्या, एक आध्यात्मिक व एक कौटुंबिक वळणाची आहे. प्रत्येक कथा स्वत:च्या वैशिष्ट्यानं वाचनीय झाली आहे.

या सर्व कथा भावनिक उंची गाठणाऱ्या, मनाला हेलावून टाकणाऱ्या आहेत.

कमोदिनी

रणजित देसाई

कमोदिनी हा रणजित देसाई यांच्या दहा
कथांचा संग्रह आहे.
मानवी जीवनात प्रेम ही एक महत्त्वाची
भावना आहे. दोन व्यक्तींमध्ये काय नाते
आहे त्याप्रमाणे या प्रेमाचे स्वरुप बदलते.
पती-पत्नी, प्रियकर-प्रेयसी, गुरू-शिष्या
अशा संबंधातच नाही; तर कोठीवर
जाऊन प्रेम करण्याच्या संबंधातसुद्धा
प्रेमाचे वेगळे कंगोरे दिसतात.
या संग्रहामधील बहुतेक कथा विविध
घटनांमधून या भावनेचा शोध घेणाऱ्या आहेत.
कथेतील पात्रांच्या प्रभावी
चित्रणातूनदेखील मानवी भावनांचा वेध
घेतला जातो. 'अखेर' या कथेमध्ये
स्वातंत्र्यवीर सावरकर यांच्या उत्कट
देशभक्तीचा घेतलेला मागोवा हे याचेच
उदाहरण आहे.

आलेख

रणजित देसाई

'आलेख' हा रणजित देसाईंचा ग्रामीण
जीवनावर आधारित कथांचा संग्रह.
गाव वरवर जरी शांत वाटले तरी अंतरंगात
कितीतरी घडामोडी चाललेल्या असतात.
गावची चावडी, पार, हिरवेगार मळे,
चिरेबंदी वाडे, गरिबाची झोपडी, डोंगरमाथे,
करवंदांच्या जाळ्या ही घटनांची केंद्रस्थळं.
गावातली तऱ्हेवाईक, इरसाल, बेरकी, गरिबीने
गांजलेली, देवभोळी, अंधश्रद्धाळू माणसं!
निसर्ग आणि जनावरं यांच्याशिवाय त्यांच्या
जीवनाला पूर्णत्व येतच नाही. ही माणसं
त्यांच्या ईर्षा, त्यांचा बाणेदारपणा, यातना,
मुलांवरची माया, शहरवासीयांशी त्यांचे येणारे
संबंध, सर्व सच्चेपणाने जगतात, निभावतात.
निसर्ग आणि जनावरांशी एकरूप झालेली ही
माणसं त्यांच्या रंगरेषांसह देसाई यांनी
आपल्या लेखणीतून तितक्याच सच्चेपणाने चितारलेली
आहेत.

CPSIA information can be obtained
at www.ICGtesting.com
Printed in the USA
LVHW051109160623
749970LV00010B/276

9 788177 664843